கல்[illegible]
மாநில உரிமை

பேரா. லெ.ஜவகர் நேசன்
ஆதவன் தீட்சண்யா

பாரதி
புத்தகாலயம்

Kalvi : Manila Urimai (in Tamil)

First Published: July, 2021

Published by

BHARATHI PUTHAKALAYAM

7, Elango Salai, Teynampet, Chennai - 600 018

Email: thamizhbooks@gmail.com / www.thamizhbooks.com

கல்வி : மாநில உரிமை

முதல் பதிப்பு: ஜூலை, 2021

வெளியீடு:

பாரதி புத்தகாலயம்

7, இளங்கோ சாலை, தேனாம்பேட்டை, சென்னை - 600 018

தொலைபேசி : 044-24332424, 24332924, 24356935

விற்பனை நிலையங்கள்

மதுரை: 37A, பெரியார் பேருந்து நிலையம் - 045 22324674
ஈரோடு: 39: 39 ஸ்டேட் பாங்க் சாலை - 9245448353
திண்டுக்கல்: பேருந்து நிலையம் - 9942331105, 9976053719
பழனி: பேருந்து நிலையம் அருகில் - 9442883696
திருப்பூர்: 447, அவினாசி சாலை - 9486105018
சேலம்: பாலம் 35, அத்வைத ஆஸ்ரமம் சாலை 0427 2335952
திருவல்லிக்கேணி: 48, தேரடி தெரு - 9444428358
வடபழனி: பேருந்து நிலையம் எதிரில் அடையார்
ஆனந்தபவன் மாடியில் - 9444476967
பெரம்பூர்: 52, கூக்ஸ் ரோடு - 9444373716
திருவாரூர்: 35, நேதாஜி சாலை - 9442540543
சேலம்: 15, வித்யாலயா சாலை சாலை
திருநெல்வேலி: 25A, ராஜேந்திரநகர் - 9442149981
அருப்புக்கோட்டை: 31, அகமுடையார் மஹால் - 9994173551
மதுரை: சர்வோதயா மெயின்ரோடு
குன்னூர்: N.K.N வணிக வளாகம் பெட்போர்ட்
செங்கல்பட்டு: 1 D ஜி.எஸ்.டி சாலை - 044 27426964
விருதுநகர்: 131, கச்சேரி சாலை - 0456 2245300
கும்பகோணம்: 352, ரயில் நிலையம் எதிரில் - 9443995061
வேலூர்: பேஸ் III, சத்துவாச்சாரி - 9442553893
நெய்வேலி: பேருந்து நிலையம் அருகில், - 9443659147
தஞ்சாவூர்: காந்திஜி வணிக வளாகம் காந்திஜி சாலை - 9655542400
கோவை: 77, மசக்காளிபாளையம் ரோடு, பீளமேடு - 8903707294
திருச்சி: வெண்மணி இல்லம், கரூர் புறவழிச்சாலை - 9994289492
திருவண்ணாமலை: முத்தம்மாள் நகர்
நாகர்கோவில்: 699 கே.பி.ரோடு R.V.புரம் - 9443450111
சிதம்பரம்: 22A / 18B தேரடி கடைத் தெரு,
கீழவீதி அருகில் - 9994399347
கரூர்: நாரத கானசபா அருகில் (TNGEA OFFICE)- 9442706676
காரைக்குடி : 12, 2 வது தெரு, கம்பன் மணிமண்டபம் பின்புறம் - 9443406150
பாண்டிச்சேரி : கிழக்கு கடற்கரைச் சாலை, இலாசுப்பேட்டை, 9486102777
அருப்புப்கோட்டை : கதவுஎண் 49A/4 ஐம்பதூர் தேவாங்கர் உறவின் முறை கட்டிடம் முதல் தளம்

நினைத்த நூல்கள்... நினைத்த நேரத்தில்...

thamizhbooks.com 8778073949

ரூ.60/-

அச்சு : பிரிண்டெக், சென்னை - 600 005.

நன்றி!

பொதுப்பள்ளிக்கான மாநில மேடை

நிற்க அதற்குத் தக

முனைவர் ம.இராசேந்திரன்
மேனாள் துணைவேந்தர், தமிழ்ப் பல்கலைக்கழகம்

இயற்கையிலிருந்து கற்றுக் கொள்ள ஏராளம் இருக்கின்றன.
பூமி எங்கும் நிலமும் பொழுதும் ஒரே மாதிரி இல்லை.
ஒரே மாதிரியாக ஆக்க நினைப்பது இயற்கைக்கு முரண்.
கடல், மலை, காடு, வயல், பாலை என்று பூமி பயன் தருகிறது.

ஒரு நாடு என்பதும் ஒரே மாதிரியான நிலத்தையும் பொழுதையும் கொண்டிருப்பதில்லை. நிலமும் பொழுதும்தாம் உயிரின வாழ்க்கை முறைகளையும் நெறிமுறைகளையும் கட்டமைக்கின்றன.

நிலமும் பொழுதும் ஒரே மாதிரியாக இல்லாத நாடுகளில் மக்கள் வாழ்க்கை முறைகளும் விழுமியங்களும் மாறுபடும்.

அவற்றிற்கேற்ப கற்றலும் கற்பித்தலும் வேறுபடும்.

அதனால்தான் கல்வியை மாநிலப் பட்டியலில் அரசமைப்புச் சட்டம் உருவாக்கியவர்கள் வைத்திருந்திருக்கிறார்கள்.

நெருக்கடி காலத்தில் கல்வி ஒத்திசைவுப் பட்டியலில் சேர்க்கப்பட்டிருக்கிறது. அரசியல் நிலையில் நாட்டில் நெருக்கடிகாலம் முடிந்து பல பத்தாண்டுகள் ஓடிய பின்பும் கல்விக்கு மட்டும் இன்னும் நெருக்கடி தீரவில்லை.

நாடு முழுவதும் ஒரே கடவுள் இல்லை; ஒரே வழிபாட்டுமுறை இல்லை; ஒரே வாழ்க்கைமுறை இல்லை. ஒவ்வொரு மதத்துக்கும் திருமணச் சட்டம் வேறு. ஒவ்வொரு மாநிலத்திற்கும் அரசுப் பணியாளர் நடத்தை விதி வேறு; ஓய்வூதிய வயது வேறு. மாநிலத் தட்ப வெப்ப நிலைக்கு ஏற்பப் பணி நேரம் வேறு. ஆனால் நாடு முழுக்க ஒரே கல்விமுறை வேண்டுமாம்.

புதிய கல்விக் கொள்கை 2020 குறித்து ஊடக வெளிச்சத்தில் இருட்டை விற்கத் துடிக்கிறவர்களுக்கு விடியலைக் காட்டும் சூரியனாக இந்த நூல் இருக்கிறது.

பேராசிரியர் ஜவகர்நேசன் மாண்புமிகு முதலமைச்சர் அவர்களுக்கு எழுதிய கடிதம், ஆங்கிலக் கட்டுரை, பேராசிரியர் சந்திரகுரு, அ.அன்வர் உசேன் ஆகியோர் அவற்றுக்குத் தந்திருக்கும் தமிழாக்கங்கள், நண்பர் ஆதவன் தீட்சண்யாவின் ஒரு கட்டுரை ஆகியவை இந்த நூலில் இடம்பெற்றுள்ளன.

மும்மொழித்திட்டம் எனும் பெயரில் இந்தியையும் சமஸ்கிருதத்தையும் திணிக்கும் முயற்சி, மூன்றாம், ஐந்தாம், எட்டாம் வகுப்புகளுக்குப் பொதுத் தேர்வுகள் எனும் முட்டுக்கட்டைகள், குலக்கல்வியை மறைமுகமாகக் கொண்டுவரும் தொழிற்கல்வி, ஒத்துவராத நிலையில் ஒத்திசைவுப் பட்டியலில் கல்வி, நாட்டின்

எல்லைகள் குறித்த நிலவியல், கருத்தியல் வேறுபாடுகள், சமூக அநீதிக்கு வழி தேடும் செயற்பாடுகள், கண்டுகொள்ளப்படாத இட ஒதுக்கீடு, வணிக மயமாக்கும் கல்விமுறை, தனியார் முதலீடுகளை ஊக்கப்படுத்துதல், மணல் கயிறைப் பிடித்துக்கொண்டு வானத்துக்குப் போகும் வழிநடைப் பயணம் எனும் நடைமுறைக்குச் சாத்தியமற்ற வழிமுறைகள், புதியக் கல்விக் கொள்கை வந்த வரலாறு ஆகியவற்றைப் பேராசிரியர் ஜவகர் நேசன் அவர்களும் நண்பர் ஆதவன் தீட்சண்யா அவர்களும் விளக்கமாகக் கொடுத்துள்ளனர்.

ஒரு நாட்டின் நிலவியல் எல்லைகளுக்கும் பண்பாடு மற்றும் கருத்தியல் எல்லைகளுக்கும் உள்ள வேறுபாடுகளை வெளிநாடுகளோடு ஒப்பிட்டு இந்த நூல் இந்தியாவைப் புரிந்துகொள்ள உதவுகிறது. இட்லரின் நாசிசம், முசோலினியின் பாசிசம், இந்துத்வாவின் பாசிசம் ஆகியவற்றுக்கு இடையிலான ஒற்றுமைகள், இந்தியக் கல்விக்கொள்கையில் இருக்கும் புதிர்களும் குறைகளும், கல்வியும் சந்தை சக்திகளும் ஆகியவைபற்றிய கருத்துகள் சிந்திக்க வைக்கின்றன. *“தமிழ்நாடு ஒரு முக்கிய தேசியம் கொண்ட மாநிலம் என்ற முறையில் தனித்துவ சமூக கூறுகள் கொண்ட சமூகமாக உள்ளது. எனவே தமிழகத்துக்கென தனியான ஒரு கல்வி கொள்கை தேவைப்படுகிறது. தற்போதைய மற்றும் எதிர்கால சமூகத்தின் தேவைகள் / சமூக மாற்றம் / பொருளாதார அமைப்பு / தொழில்நுட்ப முன்னேற்றங்கள் / சூழலியல் மாற்றங்கள் மற்றும் பொருளாதார நடவடிக்கைகள் ஆகியவற்றின் காரணமாக தேவைப்படும் புதிய அறிவாற்றல் மற்றும் திறமைகளைக் கணக்கில் கொண்டு இந்த நூற்றாண்டு மற்றும் அதற்கு அப்பாலும் உருவெடுக்கும் சூழலை எதிர்கொள்ளும் வகையில் இந்தக் கல்விக் கொள்கை உருவாக வேண்டும்.”*

ஏன் கல்விக் கொள்கை மாநில அளவில் இருக்க வேண்டும்? என்றும் தமிழகத்துக்கான கல்விக்கொள்கை எப்படி இருக்க வேண்டும் என்றும் இப்படி தர்க்க அடிப்படையில் கருத்துகள் முன் வைக்கப்பட்டிருக்கின்றன.

கல்வி என்பது தனி மனிதனைச் சமுதாயத்துடன் இணைக்கும் நுட்பத்தை மிகச் சிறப்பாக இந்நூல் எடுத்துரைத்துள்ளது. எனவே கற்றல் என்பதும் கற்பித்தல் என்பதும் நிலத்திற்கும் தட்பவெப்ப நிலைக்கும் ஏற்பவும் அதற்குத் தக நிற்கவும் வழி அமைக்க வேண்டும்.

இந்நூல், புதிய கல்விக்கொள்கையைக் கண்ணை மூடிக்கொண்டு ஆதரிப்பவர்களின் கண்களைத் திறக்கும்; எதிர்ப்பவர்களுக்குக் கைவிளக்காகும்.

பாராட்டுகளுடன்
ம.இராசேந்திரன்

தமிழகத்துக்கான கல்விக் கொள்கை
நாம் சிந்தித்திராத முன்னோக்கு !

பேரா. லெ. ஜவகர் நேசன்

தமிழில்: அ.அன்வர் உசேன்

கல்வி என்பது இன்று மிகவும் கூர்மையாக கவனிக்கப்படும் மற்றும் விவாதிக்கப்படும் அம்சமாக உருவாகியுள்ளது. கல்வியுடன் தொடர்புடைய அனைத்து தரப்பினரும் தமது குறுகிய மற்றும் சுய தேவைகளை பூர்த்தி செய்துகொள்ள வேண்டும் எனும் இறுதி நோக்கத்துடன் கல்வி மீது தமது மேலாதிக்கத்தை செலுத்த முனைகின்றனர். அரசாங்கங்கள் அதீத அதிகாரங்களை கொண்டிருக்கலாம்; சந்தை சக்திகள் நிதி அதிகாரத்தை பெற்றிருக்கலாம்;

சமூகத்தின் பல தரப்பினரை பிரதிநிதித்துவப்படுத்தும் பிரிவுகள் (இந்தியச் சூழலில் சமூக அமைப்பில் சில விசேட அதிகாரங்களை பெற்றுள்ள சமூக பிரிவுகள் உட்பட)சமூக மேலாதிக்கத்தை பெற்றிருக்கலாம்; இத்தகைய அதிகாரங்கள் கொண்ட ஒவ்வொரு பிரிவும் தமது சொந்த நலன்கள் மற்றும் தேவைகளை மட்டுமே நிறைவேற்றிக்கொள்ள முயல்கின்றன. ஆனால், கல்வி தனது பரிசுத்தமான வடிவத்தில் இத்தகைய பழமையான மாறாத இரும்புப் பிடியைக் கொண்டுள்ள சக்திகளை தனது வரம்பிற்குள் இணைத்துக்கொள்ளாது. கல்வி தனது பரிசுத்த வடிவத்தின் மூலம் கற்கப்பட்டால் சமூகம் தனது பகுத்தறிவு மூலம் கூட்டு மனசாட்சியாக பரிணமிக்கிறது. அப்பொழுது மேற்கண்ட எத்தகைய சக்தியின் தாக்கமும் இல்லாமல் இருக்கும்.

எனவே இத்தகைய சக்திகள் எப்பொழுதுமே "கல்விக் கொள்கையை" தமது சொந்த நலன்களுக்கு உகந்ததாக தகவமைக்க கடுமையாக முயற்சிக்கின்றன. அதில் அதிர்ச்சி எதுவுமில்லை. ஏனெனில் கொள்கைகள் எனில் அவை கோட்பாடுகள்/ வரையறைகள்/ விதிகள்/ சட்டங்கள்/ வழிகாட்டல்/ நெறிமுறைகள்/ அளவுகோள்கள்/ விழுமியங்கள்/ நம்பிக்கைகள் ஆகியவற்றை உள்ளடக்கியுள்ளன. கல்வி எனும் அம்சத்தின் இயங்குதலை இந்தக் கொள்கைகள்தான் கட்டுப்படுத்துகின்றன.

இதன் விளைவாக இத்தகைய சக்திகளின் நலன்கள் மையக்கருவாக அமையும் வகையில்தான் இந்தக் கொள்கைகளின் பல்வேறு அம்சங்கள் உருவாக்கப்படுகின்றன. இதற்கு மாறாக

உண்மையான/ பரிசுத்தமான கல்வியின் அம்சங்கள் உத்தரவாதப்படுத்தும் வகையில் கொள்கைகள் உருவாக்கப்பட்டிருக்குமானால் சமூகத்தின் அனைத்துப் பிரிவுகளும் உண்மையான கல்வியைப் பெற்றிருப்பர். குறுகிய முனைப்புகள் மற்றும் கல்வி பெறுவதில் ஏற்றத்தாழ்வுகள் இல்லாமல் போயிருக்கும். மனிதகுலம் பரிணமித்த காலத்திலிருந்து கல்வி இதற்காகவே பயன்பட்டிருக்கும்.

சுதந்திர இந்தியாவில் இந்த நோக்கம் நிறைவேறி உள்ளதா? இல்லையா? 1949ஆம் ஆண்டு மாண்புமிகு முனைவர் ராதாகிருஷ்ணன் குழுவிலிருந்து 2020ஆம் ஆண்டு புதிய கல்விக் கொள்கை முன்வைக்கப்பட்டது வரை இத்தகைய கொள்கைகள் கல்வியில் ஆக்கபூர்வமான வளர்ச்சியை உருவாக்கவில்லை என்பது நிரூபிக்கப்பட்டுள்ளது. சிற்சில மாற்றங்கள் உருவாகியிருக்கலாமே தவிர அடிப்படை வளர்ச்சியை முன்னேற்றத்தை இந்தக் கொள்கைகள் கொண்டுவரவில்லை.

இந்திய கல்விக் கொள்கைகளின் புதிர்களும் குறைகளும்

டாக்டர் ராதாகிருஷ்ணன் ஆணையம் என அழைக்கப்பட்ட உயர் கல்வி ஆணையம்(1949) பல்கலைக்கழக கல்விக்கு ஒரு கட்டமைப்பு/ பாடப் பிரிவுகளுக்கான உள்ளடக்கம்/ தேர்வு சீர்திருத்தங்கள் ஆகியவற்றை முன்வைத்தது. சாதி அல்லது வேறு எந்த வேறுபாடும் இன்றி அனைவரும் கல்வியைப் பெறுவதற்கான வாய்ப்புகளை முன்மொழிந்தது; இந்திய அரசியல் அமைப்பு/ கலாச்சாரம்/ மதம்/ இந்திய விழுமியங்கள்/ சமத்துவம்/ சமூக நீதி ஆகியவற்றுக்கு இசைந்த முறையில் கல்விமுறையை புனரமைக்க பல ஆலோசனைகளை முன்வைத்தது.

முதலியார் ஆணையம் என அறியப்பட்ட பள்ளி கல்வி ஆணையம் (1952) ஒரே மாதிரியான சீரான பாடத்திட்டம்/ மும்மொழிக் கொள்கை/ தொழில் கல்வி/ தேர்வு சீர்திருத்தம் மற்றும் போதனை முறைகள் குறித்து ஆய்வு செய்தது.

கோத்தாரி ஆணையம் என அறியப்பட்ட இந்திய கல்வி ஆணையம்தான்(1964-66) கல்வியின் அனைத்துப் பிரிவுகள் குறித்து ஆய்வு செய்த முதல் ஆணையம். இந்த ஆணையம் 4 படிநிலைகள் கொண்ட சீர்திருத்த கடமைகளை முன்மொழிந்தது: கல்வியின் திறன் நிலையை அதிகரிப்பது; சமூக/ தேசிய ஒருங்கிணைப்பை சாதிப்பது; நவீன மயத்தை விரைவுபடுத்துவது; தார்மீக மற்றும் ஆன்மீக விழுமியங்களை உருவாக்குவதன் மூலம்

மாணவர்களிடையே நல்லொழுக்கத்தை வலுவாக்குவது. அது முன்வைத்த சில குறிப்பான நடவடிக்கைகள்: பொதுவான பள்ளி கல்விமுறை/ தொழில் கல்வி/ பணி அனுபவம்/மும்மொழிக் கொள்கை/ கல்வி பெறுவதில் சம வாய்ப்பு/ கல்வி கட்டமைப்பு/ பாடத்திட்டம் மேம்படுத்துதல்/ போதனை முறைகள்/ தரமான பாடப் புத்தகங்கள்/ ஆசிரியர்கள் பிரச்சனைகள்/ பள்ளி வளாகங்கள்/ மாணவர்களின் கற்றல் திறன் ஆய்வு/ வயது வந்தோர் கல்வி/ தொலைதூரக் கல்வி ஆகியவை.

கோத்தாரி ஆணையத்தின் பரிந்துரைகள் அடிப்படையில் 1968ஆம் ஆண்டு இந்திய அரசாங்கம் "தேசிய கல்விக் கொள்கையை" உருவாக்கியது. இதில் முன்வைக்கப்பட்ட ஆலோசனைகள்: 14 வயது வரை கட்டாயக் கல்வி; கல்விக்கு 6% தேசிய வருமானம் செலவிடுதல் ஆகியவை. இருபது ஆண்டுகளுக்குப் பின்னர் 1986ஆம் ஆண்டு "கல்வி பற்றிய தேசியக் கொள்கை" உருவாக்கப்பட்டது. இரண்டு முறை இந்த கொள்கையில் மாற்றங்கள் செய்யப்பட்டன. 1992ஆம் ஆண்டு "செயல்பாடுக்கான திட்டம்" உருவானது. இந்த திட்டத்தில் சமத்துவத்துக்கான கல்வி; பொதுவான பள்ளிக் கல்வி முறை; ஆசிரியர்கள் நியமனம்; கணினி கல்வி; பட்டியலின மற்றும் பழங்குடி மக்கள்/ பிற்படுத்தப்பட்ட மக்கள்/ பெண்கள் ஆகிய பிரிவினரின் கல்வி முன்னேற்றம் குறித்த அம்சங்கள் இடம் பெற்றன.

இறுதியாக 2020ஆம் ஆண்டு "தேசிய கல்வி கொள்கை 2020" அறிவிக்கப்பட்டது. இந்த கொள்கை என்ன? இந்திய அதீத தேசிய வெறி/ இந்திய தற்பெருமை/ கல்வி காவிமயம் ஆகியவை தவிர வேறு எதுவும் இந்தக் கொள்கையில் இல்லை.

இந்தக் கொள்கை "தேசிய அரசை" ஒரு முற்றிலும் முடிவான சர்வ அதிகாரங்களையும் கொண்ட அதிகார மையமாக முன்வைக்கிறது. கல்வியை வரையறுப்பதிலும் கட்டுப்படுத்துவதிலும் இரும்புக் கரம் கொண்டு செயல்பட எத்தனிக்கிறது. சமூகத்தின் பன்முகத்தன்மை குறித்தோ இந்தியா என்பது பல மாநிலங்களை கொண்ட ஒன்றியம் என்பது குறித்தோ அது இம்மியளவும் கவலைப்படவில்லை. இது இட்லரின் நாசிசம் அல்லது முசோலினியின் பாசிசம் முன்வைத்த "தேசிய கல்வியின்" அப்பட்டமான பிரதி அல்லாமல் வேறு இல்லை. நாசிசமும் பாசிசமும் பொதுவான கலாச்சார மற்றும் இன ரீதியிலான விழுமியங்களை அடிப்படையாக கொண்டுள்ளன. அதே போல நாசிசமும் இந்துத்துவாவும் பொதுவான கலாச்சார மற்றும் இன அடிப்டையிலான விழுமியங்களை கொண்டுள்ளன.

இந்துத்துவாவும் பாசிசமும் வெவ்வேறு அல்ல; ஒன்றுதான் எனும் முடிவுக்கு இரு கோட்பாடுகளை ஆய்வு செய்யும் எவர் ஒருவரும் அறிய முடியும். "தேசிய கல்விக் கொள்கை 2020"ன் அடிப்படை தத்துவம் இந்துத்துவாதான்! இந்துத்துவாவை அகற்றிவிட்டால் இந்தக் கொள்கைக்கும் இதற்கு முன்பு உருவாக்கப்பட்ட கல்வி கொள்கைகளுக்கும் பெரிய வேறுபாடு எதுவும் இல்லை. மையப்படுத்தப்பட்ட கல்வி முறை/ மும்மொழிக் கொள்கை/கல்வி பெறுவதில் சமத்துவம்/ குழந்தைகளை பள்ளிக்கு கொண்டு வருவதன் முக்கியத்துவம் ஆகியவைதான் அழுத்தமாக முன்வைக்கப்படுகின்றன.

உலக மனிதகுலத்துக்கு இரண்டாயிரம் ஆண்டுகளுக்கு முன்பு தத்துவத்தையும் மருத்துவத்தையும் அறிவியலையும் கற்றுக்கொடுத்த ஒரு தேசம், இன்று 70 ஆண்டு சுதந்திரத்துக்குப் பின்பும் கல்வி பெறுவதில் சமத்துவம் தேவை என்பது குறித்தும், குழந்தைகளை பள்ளிக்கு கொண்டுவருவதன் தேவை குறித்தும் பேசும் சூழல் உள்ளது என்பது பரிதாபத்திற்குரியதுதான். அனைவருக்கும் தரமான கல்வி குறித்து விவாதிக்க வேண்டிய தேசம் இன்னும் சுதந்திரத்தின் பொழுது பேசிய இலக்குகளையே இன்னும் நிறைவேற்ற போராடிக்கொண்டிருப்பது தெளிவாகிறது.

எது சாதிக்கப்பட வேண்டுமோ அதில் ஒரு மிகச்சிறிய பகுதிதான் இந்த 70 ஆண்டுகளில் கல்வியில் சாதிக்கப்பட்டுள்ளது. பல அரசாங்கங்கள் ஆட்சியில் இருந்தாலும் இதுதான் நிலை! கல்விக் கொள்கைகள் என எவை பரிந்துரைக்கப்பட்டனவோ அவை சமூகத்துக்கும் தேசத்துக்கும் பொருத்தமற்றவையாகவே இருந்தன.

1949ஆம் ஆண்டு சூழலுடன் ஒப்பிடும் பொழுது சில முக்கிய அளவுகோள்களான கற்றல் விகிதம்/பள்ளி, கல்லூரி, பல்கலைக் கழகங்கள் ஆகியவற்றின் எண்ணிக்கை/ பள்ளி மற்றும் உயர்கல்வியில் மாணவர் சேர்க்கை/ கல்வி பெறும் வாய்ப்பு (ஆனால் சமத்துவ வாய்ப்பு அல்ல) ஆகியவை சமீப காலம் வரை அதிகரிக்கும் போக்கை வெளிப்படுத்தின என்பது உண்மைதான்! பல கல்விக் கொள்கைகள் உருவாக்கப்பட்டதன் பயனாக ஒரு பகுதியளவு சாதிக்கப்பட்டுள்ளது. பல ஏற்றத்தாழ்வுகள் பாரபட்சங்கள் இருந்தாலும் ஓரளவு பூர்த்தி செய்யப்பட்டுள்ளன. இன்னும் மிகப்பெரிய அளவுக்கு கூடுதலாக சாதிக்கப்பட வேண்டியுள்ளது.

எனினும் அடிப்படை கேள்வி என்னவென்றால் பல்வேறு கல்விக் கொள்கைகளின் வினைப் பொருளாக கல்வி தனது

இலக்குகளையும் நோக்கங்களையும் அடைந்திருக்கிறதா என்பதுதான்! இல்லை என்பதே சரியான பதிலாக இருக்க இயலும். கல்வியின் உண்மையான இலக்குகள் என்பது என்ன? அது என்ன செய்திருக்க வேண்டும்? ஜனநாயக பூர்வமான/ நியாயமான/ நாகரிகம் நிறைந்த /சுய சிந்தனையாற்றல் கொண்ட ஒரு சமூகம் பரிணமித்திருக்க வேண்டும். சமூக ரீதியாக/அரசியல் ரீதியாக/பொருளாதார ரீதியாக சமத்துவம் கொண்டதாக சமூகம் இருந்திருக்க வேண்டும். அறிவுத் திறன்/படைப்பாற்றல் ஆகியவை மூலம் சமத்துவம் அடிப்படையிலான பொருளாதார திறன் உருவாகியிருக்க வேண்டும். இந்த சாதனைகள் என்பது சாதி/ இனம்/பாலினம் ஆகிய அனைத்து வேறுபாடுகளையும் கடந்து நிகழ்ந்திருக்க வேண்டும். இவைதான் கல்விக் கொள்கைகள் எந்த ஒரு தேசத்திலும் கண்ணுக்குத் தெரியும் அளவில் நிகழ்த்தியிருக்க வேண்டும்.

கடந்த 70 ஆண்டுகளில் சுதந்திர இந்தியாவில் ஆறு முக்கிய கொள்கைகள் கல்வி குறித்து உருவாக்கப்பட்டன. ஆனால், இந்தக் கொள்கைகள் சில சிறிய முன்னேற்றங்களை உருவாக்கியிருந்தாலும் அடிப்படை மாற்றத்தை உருவாக்கவில்லை. உதாரணத்திற்கு மனித வளம் மற்றும் அறிவுசார் அம்சங்களில் உலகக் குறியீடு பட்டியலில் இந்தியாவின் இடம் பல சிறிய தேசங்களை ஒப்பிடும் பொழுது மிகவும் பின் தங்கியுள்ளது. மனிதவள மேம்பாடு குறியீடில் 131வது இடம்; சமூக முன்னேற்ற குறியீடில் 117வது இடம்; புதிய கண்டுபிடிப்பு படைப்பாற்றல் குறியீடில் 48வது இடம்; என சீனாவுடன் ஒப்பிடும் பொழுது மோசமாக உள்ளது. சர்வதேச மாணவர் மதிப்பீடு திட்ட பட்டியலில் 2009ஆம் ஆண்டு இறுதியாக பங்கேற்ற பொழுது 72வது இடத்தில் உள்ளது.

இந்தியாவின் கல்வி முறை சிறந்த முறையில் செயல்பட்டிருக்குமானால் இந்த முக்கிய அளவுகோள்களில் இந்தியா சிறப்பான இடத்தை பிடித்திருக்க வேண்டும். உண்மை என்னவென்றால் இந்த கொள்கைகளில் பெரும்பாலானவை ஒரே மாதிரியான கருத்துகளையே திரும்பத்திரும்ப முன்வைத்தன. மும்மொழிக் கொள்கை/ மையப்படுத்தப்பட்ட பாடத்திட்டங்கள்/ தேசியமயமாக்கப்பட்ட ஒழுங்குமுறை/ பொதுவான ஒரே மாதிரியான கல்விமுறை/ கல்வி கட்டமைப்பு மேம்படுத்துதல் போன்ற கருத்துகளையே முன்வைத்தன.

ஆனால், அவர்கள் கல்வியின் உண்மையான தத்துவம் என்ன என்பதை உணர்ந்துகொள்ள கவலைப்படவில்லை. இந்தியாவில்

நீண்ட காலமாக உள்ள தனித்துவ பிரச்சனைகளான சமத்துவமற்ற சமூகம்/ அடக்குமுறைகள்/ சமூக ரீதியாக உருவாக்கப்பட்ட பொருளாதார வறுமை/ சமூக வன்முறைகள்/மனித உரிமைகள்/ சகிப்பற்ற தன்மை/ சமூக மேலாதிக்கம்/ அதிகரிக்கும் காட்டுமிராண்டித்தனம்/சமுதாய வளர்ச்சியில் சரிந்துவரும் அறிவியல் விழுமியங்கள் ஆகியவை அகற்றப்படும் வகையில் கல்விக்கொள்கைகள் இருக்க வேண்டும் என்பதில் அக்கறை செலுத்தப்படவில்லை. மேலே கண்ட கொள்கைகள் எதுவும் இந்தியாவின் இத்தகைய தனித்துவ பிரச்சனைகளை எதிர்கொள்வதில் கவனம் செலுத்தவில்லை. இந்த பிரச்சனைகள்தான் இந்தியாவின் அறிவுசார்/அறிவியல் பூர்வமான முன்னேற்றம் மற்றும் பொருளாதார உற்பத்தித் திறன் மிகக் குறைந்த அளவு இருப்பதற்கு அடிப்படைக் காரணம் என்பது உணரப்படவில்லை.

இதற்கு மாறாக இந்தியாவின் கல்வி குறித்து திசைவழியை நிர்ணயிக்க அமைக்கப்பட்ட முதல் ஆணையமான டாக்டர் ராதா கிருஷ்ணன் ஆணையம் தனது கொள்கையை இந்திய சூழலுக்கு ஏற்ப தகவமைக்க முற்றிலும் தவறிவிட்டது. அந்த ஆணையத்தின் காலகட்டத்திலேயே அதன் பரிந்துரைகள் குறிப்பாக கலாச்சாரம்/ மதம்/சமூகம் குறித்து பொத்தாம் பொதுவாக இருந்தன என விமர்சனங்கள் எழுந்தன.

டாக்டர் ராதாகிருஷ்ணன் ஆணையம் நமது கல்விமுறை, "இந்தியத் தன்மையற்று" உள்ளது எனவும், அதனை "இந்திய மயமாக்க" வேண்டும் எனவும் ஆலோசனை முன்வைத்தது. பிரிட்டிஷ் ஆட்சியால் "இந்தியத் தன்மையற்றதாக" ஆக்கப்பட்டது என ஆணையம் கருதியது. இந்திய பாரம்பர்யம்/கலாச்சாரம்/ மதங்கள் மற்றும் விழுமியங்கள் ஆகியவை மூலம் இந்திய மயமாக்கப்பட வேண்டும் என கருதிய ஆணையம் அவற்றை துல்லியமாக வரையறுக்க தவறியது. இதற்குப் பிறகு உருவான ஆணையங்களும் "இந்திய மயம்" என்பது என்ன என்பதை வரையறுப்பதில் கவனம் செலுத்தவில்லை.

ஆனால் தேசிய கல்வி கொள்கை 2020 "இந்திய மயம்" என்பது இந்துத்துவாதான் என முன்னெடுத்தது. இந்திய தேசியம்/ இந்திய பாரம்பர்யம்/ இந்தியக் கலாச்சாரம்/ இந்தியப் பெருமை/ இந்தியமுதன்மை/ இந்திய தத்துவம் என இவற்றின் பெயரால் இந்துத்துவா கருத்துகளை கல்விக் கொள்கையில் முன்வைக்கிறது.

இப்பொழுது நாம் ஒன்றை எளிதாகப் புரிந்துகொள்ளலாம். டாக்டர் ராதாகிருஷ்ணன் ஆணையம் தொடங்கி பின்வந்த பல

ஆணையங்களும் தமது அணுகுமுறைகள் அல்லது "இந்திய மயம்" என்ன என்பது தெளிவாக வரையறுக்காத காரணத்தால் 2020இல் "இந்திய மயம்" என்ற பெயரில் இந்துத்துவா கொள்கைகள் கல்விமுறையில் புகுத்தப்படுவதற்கு வழிவகை செய்துவிட்டன.

உண்மையில் வருத்தம் அளிக்கும் ஒன்று என்னவெனில் சமூக அமைப்பு முறையில் கல்வியின் பங்கு குறித்து டாக்டர் ராதாகிருஷ்ணன் ஆணையம் என்ன கூறுகிறது என்பதுதான்:

"நமது சமூக அமைப்பு முறைக்காக கல்வி (மாணவர்களை) தயார்படுத்துகிற படியால், நமது கல்விமுறை தனது வழிகாட்டல் கோட்பாடுகளை சமூக அமைப்புமுறை கொண்டிருக்கும் குறிக்கோள்களிலிருந்தும், அது கட்டமைக்க இருக்கும் நாகரிகத்தின் தன்மையிலிருந்தும் கண்டெடுக்க வேண்டும்" என சொல்கிறது.

ஆணையம் நமது அரசியல் அமைப்பு விழுமியங்களான சுதந்திரம்/ சகோதரத்துவம்/ சமத்துவம்/ மதச்சார்பின்மை ஆகியவற்றை கல்விமுறை வலுப்படுத்த வேண்டும் என கூறினாலும் தனது மிகுந்த நம்பிக்கையை சமூக அமைப்பு மீது வைத்தது. சமூக அமைப்பிலிருந்துதான் வழிகாட்டல் கோட்பாடுகளை கல்விமுறை கண்டெடுக்க வேண்டும் என கூறியது. அப்படியானால் அனைவருக்கும் சமமான நியாயமான கல்வி என்பதை எப்படி வென்றெடுக்க முடியும்?

ஏன் கல்விக் கொள்கை மாநில அடிப்படையில் இருக்க வேண்டும்?

இன்னொரு அம்சம் என்னவெனில் கல்விக் கொள்கையின் சட்டரீதியான அதிகார எல்லை என்பது ஆகும். அதிகார எல்லை என்பது வெறும் பூகோள எல்லைகள் மட்டுமல்ல; அது தனது குணாம்சத்தை தேசம் எனும் கோட்பாடிலிருந்து பெறுகிறது. தேசம் என்பது பூகோளம்/அரசியல் சட்டம்/விதிகள் ஆகியவற்றால் உருவாகியது அல்ல; மாறாக அங்கு வாழும் மக்களால்; சமூகத்தில் அந்த மக்கள் அங்கம் வகிக்கும் தனித்துவத்தால் தேசம் என்பது உருவாகிறது.

தேசம் எனும் கருத்தியல் என்பது சமூகத்தின் (மக்களின்) சமூக பொருளாதார மற்றும் அரசியல் தேவைகளின்படி அரசு (மாநிலம்) தன் தேவைகளை முழுமையாக பிரதிபலிப்பதும் அல்லது அதன்பால் வடிவெடுப்பதும் தவிர வேறில்லை. பன்மைத்தன்மை கொண்ட பிரதிநிதித்துவத்துடன் சமூகங்கள் இருக்கும் பொழுது அவை வெவ்வேறு தனித்துவம் கொண்ட கருத்தியலை பிரதிபலிக்கின்றன. அதன் பொருள் என்னவென்றால் அரசியல்

சட்ட அடிப்படையில் ஒரே தேசமாக இணைந்து இருந்தாலும் அவை பல்வேறு தேசங்களாக உள்ளன.

"அரசியல் சட்ட அடிப்படையில் உள்ள தேசம்(தேச-அரசு)" என்பதும் "கருத்தியல் அடிப்படையில் உள்ள தேசம்" என்பதும் வெவ்வேறு ஆகும். அரசியல் சட்ட அடிப்படையிலான தேசம் என்பது பல்வேறு சட்டங்களால் மற்றும் அரசியல் அமைப்பு சட்டத்தால் உருவாக்கப்படுகிறது. ஆனால், கருத்தியல் அடிப்படையிலான தேசம் என்பது அங்கீகரிக்கப்படுகிற சமூகத்தால் அதன் சமூக உட்கூறுகளால் பிரதிநிதித்துவப் படுத்தப்படுகிறது.

கல்வியின் சட்ட எல்லைக்கோடு என்பது கருத்தியல் அடிப்படையிலான தேசத்துக்கு மட்டுமே பொருந்துவதாக இருக்க வேண்டும். அரசியல் அடிப்படையிலான தேசத்துக்கு அல்ல! ஒரே கல்விக் கொள்கை பல கருத்தியல் தேசங்களுக்கு பொருந்த முடியாது. இந்திய அரசு-தேசம் என்பது பல கருத்தியல்கள் கொண்ட தேசங்களை உள்ளடக்கியுள்ளது. தமிழ் தேசம்/மலையாள தேசம்/ தெலுங்கு தேசம்/வங்காள தேசம்/இந்தி தேசம் என பல மொழிகள்/ கலாச்சாரம்/ இனம் கொண்டதாக உள்ளது.

இந்த வகையில் இந்தியாவின் ஒவ்வொரு மாநிலமும் தனி கருத்தியல் கொண்ட தேசம் ஆகும். ஒவ்வொரு தேசத்துக்கும் தனி கலாச்சாரம்/பாரம்பரியம்/அறிவியல் தேவைகள்/சமூக குணங்கள்/ உள்ளூர் அறிவு/அனுபவம் என தனித்தனியாக உள்ளன. இவை அனைத்துக்கும் ஒரே கல்விக் கொள்கை என்பது இருக்க இயலாது. இதனைப் புரிந்துகொண்ட காரணத்தினால்தான் அமெரிக்கா/ ரஷ்யா/ பிரிட்டன்/ஐரோப்பா போன்ற முற்போக்கான நாடுகள் தமது தேசம் முழுமைக்கும் ஒரே கல்விக் கொள்கை என்பதை உருவாக்கவில்லை.

இதுகுறித்து தீர்மானகரமாக சொல்லப்பட வேண்டியது என்னவெனில் கல்வி கொள்கையின் எல்லைக்கோடு என்பது கருத்தியல் அடிப்படையிலான தேசத்துக்கு பொருந்துவதாக இருக்க வேண்டும். இது இந்திய சூழலில் மாநிலம் என்பது ஆகும். கல்வி என்பதும் கல்விக் கொள்கை என்பதும் முற்றிலும் மாநிலம் சம்பந்தப்பட்ட பிரச்சனையாகவே பார்க்கப்பட வேண்டும்.

நம் நாட்டில் உருவாக்கப்பட்ட கல்விக் கொள்கை எதுவும் இந்த பிரச்சனையை புரிந்துகொள்ளவில்லை. இன்னும் சொல்லப்போனால் தமிழ்நாட்டில் மாநில அளவில் உருவான கல்விக் கொள்கைகள் கூட கல்வி சம்பந்தப்பட்ட தரவுகள் மற்றும் சில பிரச்சனைகளை பேசியதே தவிர கல்வியின் அடிப்படைக்

கொள்கைகள் பற்றி ஆய்வு செய்யப்படவில்லை. ஒருவேளை இதனால்தான் சமூகத்தின் அடித்தட்டில் கல்வி தனது இலக்குகளை செயல்பட வைப்பதில் இதுவரை உருவாக்கப்பட்ட கொள்கைகள் எதுவும் வெற்றி அடைய இயலவில்லை போலும். இங்கும் அங்குமாக சில முன்னேற்றங்கள் ஏற்பட்டிருந்தாலும் தரமான கல்வி என்பது ஒரு தூர கனவாகவே இன்னும் உள்ளது.

கல்வி உருவாக்கல்- கொள்கை தேவைகள்

மேலும் கல்வியின் மீதான மாநில அரசின் சட்டரீதியான எல்லைக்கோடு குறித்த மேற்கண்ட வாதங்கள் மற்றுமின்றி கல்வி தனிமனிதர்களின் மட்டத்தில் உருவாக்கப்பட வேண்டும். ஏனெனில் கல்வி தனி மனிதர்களிடத்தில்தான் மாற்றத்தை உருவாக்குகிறது. இந்த மாற்றம் என்பது என்ன? கல்வி தனிமனிதனை சிந்திக்க வைக்க வேண்டும்; அந்த தனி மனிதனை சுய உணர்வு மற்றும் சுய அறிதல் கொண்டவனாக ஆக்க வேண்டும்; அதன் விளைவாக அந்த தனி மனிதன் சுயமாக ஆய்வு செய்து சரியான முடிவை மேற்கொள்ள வேண்டும்.இது இரண்டு விளைவுகளை உருவாக்குகிறது. ஒன்று தனி மனிதனை சுயமாக சிந்திக்க வைக்கிறது. இரண்டு அதன் மூலம் உண்மையை (அறிவை) அறிய/உருவாக்க வைக்கிறது.

எனினும் கல்வியாளர்கள் மற்றும் கல்விக் கொள்கை உருவாக்குபவர்கள் இப்பொழுதும்கூட அறிவு பெறும் முறையை அங்கும் இங்கும் மாற்றுவதன் மூலம் சிந்தனையை மேம்படுத்த முடியும் எனும் பிரமையில் கல்வியின் நிகழ்ச்சி நிரலையும் பாடத்திட்டங்களையும் உருவாக்கி கொண்டுள்ளனர். ஆனால், நரம்பியல் விஞ்ஞானிகள் பல ஆண்டுகளுக்கு முன்பே சிந்தனை என்பது அறிவாற்றலை சாராமல் சுயேச்சையாக உள்ளது என்பதை நிரூபித்துவிட்டனர். ஏனெனில் மூளையின் வெளிப்பகுதியாகிய புறணிதான் சிந்தனையின் மையம் என நம்பப்பட்டு வந்தது. இப்பொழுது சிந்தனை என்பது புறணியை சார்ந்தது இல்லை என்பது நிலைநாட்டப்பட்டுள்ளது.

தனி நபர்கள் கல்வி நிகழ்வில் கற்பித்தலில்/கற்றலில்/பாடத்திட்டங்கள் உருவாக்குவதில் எவ்வாறு ஈடுபடுகின்றனர் என்பது குறித்து மறுசிந்தனை செய்ய வேண்டியுள்ளது. இதுகுறித்து கல்விக் கொள்கைகள் ஆய்வு செய்ததே இல்லை.

ஆனால் சிந்தனை என்பது உள்ளார்ந்ததாகவும் புறச்சூழல் அல்லது சமூகத்திலிருந்து விடுபட்டும் சுயேச்சையாக இருக்கிறதா?

டெஸ்கார்ட்டஸ்/ காண்ட்/ ஹெகல் போன்ற பல தத்துவாசிரியர்கள் சிந்தனைதான் புற உலகு; புற உலகுதான் சிந்தனை எனும் முடிவுக்கு பரிணாம ரீதியாக வந்தனர். இந்தக் கருத்து நவீன நரம்பியல் அறிவியலும் மற்றும் அளவு இயங்கியலும் (quantum mechanics) உறுதிபடுத்தியுள்ளன.

சிந்தனை என்பது பெருமளவில் புற உலகு தன்மை கொண்ட சுயநினைவாற்றலால் விளையும் நிகழ்வாகும். அது உண்மையின் சாம்ராஜ்யத்துக்குள் பயணிக்கும் அனுபவமாகும். புற உலகு அனுபவமும் அதன் விளைவாக உருவாகும் காரண காரியங்களும் அல்லது கேள்விகளும் ஒரு குறிப்பிட்ட சமூக சூழலில்தான் நிகழ்கின்றன. தனிநபர்களோ அல்லது சமூக குழுக்களோ தங்களது சுயசிந்தனைகளை சுதந்திரமாக செயல்படுத்தும் வாய்ப்பினை அளிக்கக்கூடிய திறனை அவை சார்ந்த சமூக கட்டமைப்பு கொண்டிருக்கும்போது மட்டுமே சமூகக்கூறுகள் உண்மையான சிந்தனைகளை பெறுவது சாத்தியமாகும்.

இது சாத்தியமாவதற்கு மிக முக்கிய தேவை “ஜனநாயகமும் சமத்துவமும்” ஆகும். இந்த குணாம்சம்தான் சமூகத்தில் உள்ள தனிநபர்களை சிந்திக்கவும் அனுபவங்களை பகிர்ந்துகொள்ளவும் அவை குறித்து ஆய்வு செய்யவும் சாத்தியமாக்குகிறது. இதன் மூலம்தான் சுயசிந்தனை நிகழ்வு என்பது தொடர் நிகழ்வாக நடக்கிறது. இந்த வழியில் உருவாகும் அறிவு என்பது பொதுவானதாகவும் சமூகத்தின் கூட்டு சிந்தனையாகவும் உருவாகிறது. நாளடைவில் இந்த அறிவு என்பது சமூகம் முழுமைக்கும் பொதுவானதாக மாறுகிறது. இதன் பொருள் என்னவென்றால் இந்த சிந்தனை சமூக அங்கீகாரம் பெறுகிறது. எனவே இந்த சிந்தனைக்கு சொந்தமான சமூகப் பிரிவு அதிகாரம் கொண்டதாக மாறுகிறது. சமூக அடக்குமுறையால் அடக்கப்படுபவர்களை விடுதலை செய்ய இது ஒரு முக்கியமான வழி. அத்தகைய கல்விமுறை கட்டமைப்பது என்பது அடக்கப்பட்டவர்களுக்கு சமத்துவமற்ற ஜனநாயகமற்ற சமூகமுறையை எதிர்கொள்ள ஆற்றலை தர உதவும். அதன் மூலம் சாதிய முறைகளை அழிக்க வழிகோலும்.

கல்வி அதன் உண்மையான நோக்கங்கள் நிறைவேற வேண்டுமெனில் இந்த மனித சிந்தனை அதன் அனைத்து அம்சங்களிலும் ஒன்றிணைந்து பரிணமிக்கும் வகையில் கல்விக் கொள்கை உருவாக்கப்பட வேண்டும். ஆனால், அத்தகைய குணாம்சம் இந்திய சமூகத்தில் இல்லாமல் இருக்கிறது. இந்திய

சமூகம் பெருமளவு அசமத்துவமாகவும் ஜனநாயகமற்ற முறையிலும் உள்ளது. இதனை எதிர்க்கும் வகையில் கல்விமுறை இருக்க வேண்டும். இத்தகைய சூழலில் சமூகம் முரண்பட்ட கட்டமைப்பை கொண்டிருக்கும் பொழுது கல்வி பற்றிய எதிரெதிர் கண்ணோட்டங்களை கொண்டிருக்கும்பொழுது கல்விமுறையை எப்படி நியாயமாக வடிவமைப்பது என்பது முக்கிய சவால் ஆகும்.

கல்விக் கொள்கை பொருத்தமான வழிமுறைகளை கைக் கொள்வதன் மூலம் கல்வி செயல்முறையை மேம்படுத்த வேண்டும். சமூக கட்டமைப்பை கருத்தில் எடுத்துக்கொண்டு கல்வி செயல்முறை முடுக்கிவிடப்பட வேண்டும். அதே சமயம் ஒரு குறிப்பிட்ட வசதிபடைத்த மேல்தட்டு சமூகத்துக்கு சாதகமாக இல்லாமல் எந்த பிரிவும் ஒதுக்கப்படாமல் எவ்வித பாரபட்சமும் இன்றி மனித அனுபவத்தை மொத்தமாக உள்வாங்குவதற்கு தேவையான காரணிகளை பெற்றிருக்குமாறு கல்வி செயல்முறை உருமாற்றம் பெற வேண்டும். அத்தகைய மனித அனுபவமே பாடப்பிரிவுகளாகவும் கற்பிக்கும் விஷயங்களாகவும் அனைத்து தரப்பட்ட மக்களுக்கும் எந்த பாகுபாடுமின்றி வழங்கப்பட வேண்டும்.

ஒரு உதாரண சமூகமானது அனைத்து சமூக கூறுகளும் கருத்துகளை சுதந்திரமாக பரிமாறிக்கொள்வதற்கும் தமது அனுபவங்கள்/நம்பிக்கைகள்/விழுமியங்களை பதிவு செய்வதற்கும் ஏதுவாக போதுமான இடமும் வாய்ப்பும் ஒருங்கே பெற்றிருக்கும். பரந்துபட்ட பிரிவினரின் அந்த கூட்டு அனுபவங்களை கற்பவருக்கு மடைமாற்றம் செய்யும் வேலையை கல்வி திறம்பட செய்வதற்கு உதாரண சமூகம் ஏதுவாக இருக்கிறது.

அனுபவங்கள் சமூக பிரிவினரிடையே அதிகமாக பகிரப்படும் பொழுது சமூகத்தின் கற்றல் திறன் அதிகமாக இருக்கும். சமூகத்தின் கற்றல் திறன் என்பது சமூகத்தின் தடைகளை தாண்டும் திறன் ஆகும். அறிவாற்றலை - உள்ளூர் அறிவாற்றலை- தொடர்ச்சியாக மேம்படுத்துவதற்கான தேவையை பூர்த்தி செய்வது என்பதாகும். அது சமூகம் தனக்குதானே உகந்த முறையில் செயல்பட்டு அறிவு வளர்ச்சி- உள்ளூர் அறிவாற்றல் - மூலம் தொடர்ந்து தன் தேவைகளை பூர்த்தி செய்வதாகும். இதை செய்வதற்கு கருத்துகள்/தகவல்/அனுபவம்/கலாச்சாரம் போன்றவைகளை பல்வேறுபட்ட சமூக கூறுகள் வெகுவாக பரிமாறிக்கொள்வதற்கு உகந்த சமூக கட்டமைப்பு, சமூக முறை மற்றும் சமூக பிணைப்பை சமூகம் கொண்டிருத்தல் வேண்டும்.

இதனை உறுதிப்படுத்துவது கல்விக் கொள்கையின் இலக்காக இருக்க வேண்டும். மேலும் சர்வதேச அறிவாற்றல்கள் மூர்க்கதனமாக உலா வரும் வேளையில் உள்ளூர் மக்களின் அறிவாற்றலை பாதுகாக்கவும் முன்னெடுக்கவும் இது உத்தரவாதப்படுத்தும்.

அறிவாற்றல் என்பதில் சர்வதேச அல்லது உள்ளூர் என வித்தியாசம் என்பது இல்லை; அறிவாற்றல் என்பது உலகம் முழுமைக்கும் உரியதுதான்! உள்ளூர் மக்களின் அறிவாற்றல் என்பது அடக்கப்பட்ட/ஒடுக்கப்பட்ட மக்களின் அனுபவம்தான். பொதுவாக அது சமூக அங்கீகாரம் பெறுவது இல்லை. இத்தகைய அங்கீகாரம் இல்லையெனில் அவர்களது அறிவு கூட்டாக பிரதிபலிக்கப்படும் ஒட்டுமொத்த சமூக சிந்தனையில் இடம் பெறுவது இல்லை.

மறுபுறத்தில் உள்ளூர் மக்களின் அறிவாற்றல் என்பது தனிச்சிறப்புடன் விளங்கும் சமூக கூறுகள் கொண்டாடும் பழங்கால அறிவாற்றலை தூக்கி பிடிப்பது என்பது பொருள் அல்ல. பழங்கால அறிவாற்றல் என்பது சமூகத்தில் சில மேல்தட்டு பிரிவினரின் அறிவாற்றலாக மட்டுமே இருந்தது. அந்த மக்களின் அனுபவம் அதில் இல்லை. எனவே உள்ளூர் மக்களின் அறிவாற்றல் என்பது ஒடுக்கப்பட்ட மக்களின் சிந்தனை. அவர்கள் எப்படி பல்வேறு சமூக சூழல்களை எதிர்கொண்டார்கள் எனும் அனுபவத்தின் கூட்டு சிந்தனை. அதுவே அறிவாகும்.

கல்வி உள்ளூர் மக்களின் அறிவாற்றலை பயன்படுத்த தவறினால் அதன் விளைவாக உருவாகும் மனித ஆற்றலில் அவ்வறிவு புலப்படுவது இல்லை. எனவே அத்தகைய அறிவாற்றலை வென்றெடுப்பது என்பது அனைத்து மக்களின் அறிவாற்றலின் அனைத்து அம்சங்களையும் கலாச்சாரம்/விழுமியங்கள்/மொழி/இயற்கை வளங்கள்/சுற்றுச் சூழல் போன்ற அனைத்தையும் உள்ளடக்கியதாக இருப்பதாகும்.

கல்வியைப் பொறுத்தவரை தனிநபரும் சமூகமும் பிரிக்க முடியாதவை. இரண்டுமே முக்கியம். இவை இரண்டும் கல்வி உருவாவதில் ஒன்றுக்கொன்று உதவுகின்றன. ஏனைய பிரிவுகளான மைய அரசு/சந்தை சக்திகள்/கல்வி அமைப்புகள் கல்வியை உருவாக்க வழிகோலும் பங்கை மட்டுமே செலுத்துகின்றன. கொள்கை மற்றும் சட்டங்களை உருவாக்குபவர்கள் இதனை புரிந்துகொள்வது மிகவும் அவசியம்.

இந்த அடிப்படை அம்சத்தை இந்திய கல்வி சுவீகரிக்க வேண்டும். அதற்கு உகந்த வழியில் கல்விக் கொள்கை

உருவாக்கப்பட வேண்டும். ஆனால், இந்த 70 ஆண்டுகளில் என்ன நடந்தது? அரசாங்கங்கள் தனக்கு விசுவாசமான குடிமக்களை உருவாக்க முயன்றன; சந்தை சக்திகள் தமக்கு தேவையான மனித வளத்தை உருவாக்க முயன்றன; சமூகத்தின் மேல் தட்டில் இருந்தவர்கள் அவர்களின் இடத்தை தக்க வைத்துக் கொள்ளவும் தமது அதிகாரத்தை வலுவாக்கவும் முயன்றன. இந்த இலக்கை நோக்கிதான் கல்விக் கொள்கைகள் உருவாக்கப்பட்டன.

கல்வியும் சந்தை சக்திகளும்

உலக வர்த்தக அமைப்பு / நவீன தாராளமய சந்தை சக்திகள்/ அரசு ஆகிய அடங்கிய மும்மூர்த்திகள் உருவாக்கிய நவீன நுகர்வு கலாச்சாரம் கல்வி அமலாக்கத்தில் மிகப்பெரிய கவலை தரும் தாக்கத்தை உருவாக்கியுள்ளன. கல்விக்கு அவசிய தேவைகளான தனிநபர்கள் மற்றும் சமூகங்களின் சுதந்திர விருப்பத்தை/ உரிமையை இந்த சக்திகள் உதாசீனம் செய்துவிட்டன. கல்வியின் மைய கவனத்தை மக்களிடமிருந்து சந்தைக்கும் அறிவாற்றலிருந்து உற்பத்தி பொருட்களுக்கும் இவை மடைமாற்றிவிட்டன.

சந்தை சூழலில் தனிநபர்களை விருப்பம் போல பயன்படுத்தும் ஒரு கருவியாக கல்வியை இவை மாற்றிவிட்டன. அவர்களை வேலை தேடுபவர்களாகவும் தொழில் முனைவர்களாகவும் மாற்றிவிட்டன. இதன் விளைவாக கல்வியின் இலக்கு என்பது வேலைவாய்ப்புக்கு தகுதி பெறுவது என கல்வியின் பரந்த நோக்கத்துக்கு எதிராக புதிய அணுகுமுறைகள் உருவாக்கப்பட்டன. தனி நபர்கள் ஒன்றும் சந்தை பொருள்கள் அல்ல விருப்பம் போல அவர்களை பயன்படுத்த! இதன் விளைவாக "வேலைக்கான தயார் நிலை" (employability) போன்ற கல்வி விளைவுகளில் புதிய வடிவங்கள் உயர் கல்வித்துறையில் கண்டுபிடிக்கப்பட்டன. இப்போக்கு கல்வி தத்துவத்தை மீறும் செயலாகும். ஏனெனில் சந்தையின் இசைவுப்படி மாணவர்கள் மிகக்குறுகிய திறன் தொகுப்புகளுடன் உருவாக்கப்படுவதால் ஆகும். இது கல்வியே அல்ல.

கடந்த கால/ நிகழ்கால கொள்கைகள் இதே கருத்துகளுக்கு அழுத்தம் தந்தன. அதனை அடைய பல பரிந்துரைகளை முன்வைத்தன. அவை பெரும்பாலும் சந்தையின் தேவைகளை கல்வியில் அடைவதும் அதன் மூலம் உருவாக்கப்பட்ட தனிநபர்களை எப்படி பயன்படுத்துவது என்பதை நோக்கியே இருந்தன. சந்தையின் தேவைக்கு ஏற்ப கல்வி உருவானது. கல்வியின் உண்மையான தேவை என்பது பின்னுக்கு போனது. வேலை வாய்ப்புத் திறனை அதிகரிக்கும் வகையிலான

பாடத்திட்டங்கள் அல்லது தொழிற்கல்விக்கான அதிக பரிந்துரைகள் ஆகியவை கல்வியை சந்தையின் தேவைக்கு ஏற்ப தகவமைக்கும் பல முயற்சிகள் ஆகும்.

அதற்கு அப்பால் மற்றொரு பெரிய பாரபட்சம் என்பது பரம்பரை அடிப்படையில் தொழிற்கல்வி குறித்த கொள்கைகள் ஆகும். தொழில் மற்றும் சமூகத்தின் தேவைக்கு ஏற்ப கல்வி வளர்த்தெடுக்கப்பட வேண்டும் என்பதில் இரண்டாவது கருத்து இருக்க முடியாது. எனினும் அத்தகைய கல்வி பாரபட்சமாகவும் பரம்பரை அடிப்படையிலும் இருக்கக் கூடாது.

இந்திய பொருளாதார சமூக சூழல்கள்/ நவீன நுகர்வு கலாச்சாரம்/ நவீன தாராளமய சந்தைகள் ஆகியவை அறிவாற்றல் உருவாக்கத்திலும் மனித சிந்தனை போக்கிலும் பெரும் பாதக தாக்கத்தை உருவாக்கியுள்ளன. அதே சமயத்தில் இன்னொரு புறம் பல பெரிய தொழில்நுட்ப கண்டுபிடிப்புகளும் பாதகமான தாக்கத்தை உருவாக்கியுள்ளன. செயற்கை நுண்ணறிவு/ ஆழ் கற்றல்/இயந்திர கற்றல்/சைபர் இயற்பியல் முறைகள்/ கணினி செயல்பாடுகள் ஆகியவையும் கூட அறிவாற்றல் உற்பத்தியில் சிந்தனை உருவாக்கத்தில் சில மேல்தட்டு சுயநல சக்திகளுக்கு சாதகமான தாக்கத்தை விளைவித்துள்ளன.

ஏற்கெனவே ஜனநாயகமற்று உள்ள அறிவாற்றல் உற்பத்தி சூழலை இது மேலும் கூடுதலாக ஜனநாயகமற்றதாக ஆக்கும் சூழல் உருவாகும். இத்தகைய நவீன தொழில் நுட்பங்களின் பாதக அம்சங்களை தடுக்கும் அதே சமயத்தில் அதன் சாதக அம்சங்களை முன்னெடுக்கும் பெரிய பங்கு கல்விக்கு உண்டு. இதன் மூலம் இத்தொழில் நுட்பங்களை கொண்டு அறிவு பரிணாம வளர்ச்சி அடையவும் சமூக பொருளாதார உருமாற்றம் பெறவும் முடியும்.

சமீபத்திய இந்திய கொள்கைகள் இவற்றை கணிக்கவே இல்லை. இது குறித்து அமைதி காத்தன. குறிப்பாக நவீன இயற்பியல் விதிகள் குவாண்டம் மெகானிக்ஸ் போன்றவை அதி வேக கணினி செயல்பாடுகளுக்கும் தொலைதூர அதிவேக தகவல் சென்றடைவதற்கும் தகவல் உருவாக்கத்துக்கும் வழிவகுக்கின்றன. இவை மனித சிந்தனை ஆற்றலில் ஊடுருவும் பொழுது நமது வாழ்வு முறையும் சமூகம் இயங்கும் தன்மையும் கூட பெரிய மாற்றத்துக்கு உள்ளாகும்.

நமது பொருளுலகுக்கு அப்பாலும் ஆன்மீகம் மூலமாகவும் உருவகப்படுத்தும் கருத்தியல்கள் அகற்றப்பட்டிருக்கிறது. அறிவியல் அனேகமாக அனைத்து கேள்விகளுக்கும் பதில் தரக்கூடிய இடத்துக்கு முன்னேறியுள்ளது. இதற்கு முன்னால் மனித

மூளை விடை காண முடியாது என கருதப்பட்ட கேள்விகள் கூட இன்றைக்கு அறிவியல் மூலமாக பதில் கிடைக்கும் சூழல் உருவாகியுள்ளது.

எனவே தார்மீக மற்றும் பல்வேறு விழுமியங்கள் குறித்து மதிப்பீடுகள் ஆன்மீகம் அல்லது மதம் எனும் வரையறைக்குள் மதிப்பீடு செய்ய வேண்டிய நிலை இல்லை. மாறாக அவை அறிவியல் மற்றும் மனித சிந்தனை எனும் வரையறைக்குள் மதிப்பிடப்படும். இதைதான் கல்வி வழிகோல வேண்டும். கல்வி என்பது அறிவியல் மற்றும் மனித சிந்தனை ஆகியவற்றின் வரையறைக்கு மட்டுமே உட்பட வேண்டும். அதற்கு அப்பால் மதம் அல்லது ஆன்மீகம் பக்கம் செல்லக்கூடாது.

இந்தியாவில் சமூக மற்றும் பொருளாதார தளங்களில் ஆயிரக்கணக்கான ஆண்டுகளாக இருக்கும் பாதகமான பிரச்சனைகளை தீர்க்க வேண்டும் எனில் கல்விக் கொள்கைகளின் முன்னெடுப்பு என்பது மேற்கூறியவற்றை பிரதிபலிக்க வேண்டும். மனிதவள முதலீடை இருபத்தொன்றாம் நூற்றாண்டு மற்றும் அதற்கு அப்பால் உருவாகும் சூழலுக்கு இசைந்ததாக ஆக்கப்பட வேண்டும்.

தமிழகத்தின் கல்விக் கொள்கைகள் எப்படி இருக்க வேண்டும் என்பதற்கான சில முக்கிய கருத்துகளும் கோட்பாடுகளும் மேலே முன்வைக்கப்பட்டுள்ளன. இவற்றின் மூலம் தமிழகத்தில் கல்வி ஆக்கபூர்வமானதாகவும் பயனுள்ளதாகவும் சமூகத்தை பிரதிபலிப்பதாகவும் அமைய வேண்டும். ஒரு பரந்துபட்ட தளத்தில் கல்வியின் பல்வேறு அம்சங்களுக்காக பன்முக தலையீடுகளும் தீர்வுகளும் உருவாக்குவதற்கு இந்தக் கோட்பாடுகள் முனைகின்றன.

தமிழ்நாடு ஒரு முக்கிய தேசியம் கொண்ட மாநிலம் என்ற முறையில் தனித்துவ சமூக கூறுகள் கொண்ட சமூகமாக உள்ளது. எனவே தமிழகத்துக்கென தனியான ஒரு கல்விக் கொள்கை தேவைப்படுகிறது. தற்போதைய மற்றும் எதிர்கால சமூகத்தின் தேவைகள்/ சமூக மாற்றம்/ பொருளாதார அமைப்பு/ தொழில்நுட்ப முன்னேற்றங்கள்/ சூழலியல் மாற்றங்கள் மற்றும் பொருளாதார நடவடிக்கைகள் ஆகியவற்றின் காரணமாக தேவைப்படும் புதிய அறிவாற்றல் மற்றும் திறமைகளை கணக்கில் கொண்டு இந்த நூற்றாண்டு மற்றும் அதற்கு அப்பாலும் உருவெடுக்கும் சூழலை எதிர்கொள்ளும் வகையில் இந்த கல்வி கொள்கை உருவாக வேண்டும்.

தமிழக முதலமைச்சருக்கு

மேனாள் துணைவேந்தர் **லெ.ஜவகர்நேசன்**

புதிய கல்வி கொள்கை 2020 குறித்து எழுதிய கடிதம்

தமிழில்: பேராசிரியர் தா.சந்திரகுரு

அனுப்புநர்:

பேரா. லெ.ஜவகர்நேசன்
மேனாள் துணைவேந்தர்
ஜே.எஸ்.எஸ்.அறிவியல் மற்றும் தொழில்நுட்ப பல்கலைக்கழகம், மைசூர்.
63, வடக்கு ரத வீதி,
சீர்காழி - 609 110.
மயிலாடுதுறை மாவட்டம்
அலைபேசி எண்: 94432 23442
மின்னஞ்சல்: nesanjawahar@gmail.com

பெறுநர்:

மாண்புமிகு முதல்வர் உயர்திரு. மு.க.ஸ்டாலின்
தமிழ்நாடு அரசு
நாமக்கல் கவிஞர் மாளிகை
புனித ஜார்ஜ் கோட்டை
சென்னை - 600 009.

பொருள்: தேசிய கல்விக் கொள்கை-2020ஐ அமல்படுத்துமாறு மாநில அரசிடம் கோரிக்கை வைத்து அண்ணா பல்கலைக்கழக மேனாள் துணைவேந்தர் பேராசிரியர் பாலகுருசாமி மாண்புமிகு முதலமைச்சருக்கு சமர்ப்பித்த கடிதம் குறித்தும், தமிழ்நாடு மாநிலத்திற்கான தனித்த கல்விக் கொள்கையை வகுக்குமாறு கோரியும்.

மதிப்பிற்குரிய ஐயா,

மேலே மேற்கோள் காட்டப்பட்டுள்ள பொருள் தொடர்பாக, தேசிய கல்விக் கொள்கை – 2020ஐ (NEP- 2020) நிராகரிப்பது, தமிழ்நாடு மாநிலத்திற்கென்று தனித்த கல்விக் கொள்கையை வகுப்பது குறித்து உங்களிடமுள்ள இடைவிடாத நிலைப்பாட்டில்

இருந்து நீங்கள் விலகி விடக் கூடாது என்று நான் உங்களிடம் பணிவாகக் கேட்டுக் கொள்கிறேன். ‘தேசிய கல்விக் கொள்கையை எதிர்ப்பதன் மூலம் தமிழ்நாடு கல்வித் தரங்களை மேம்படுத்துவதற்கான தனது வாய்ப்பை இழந்து விடக்கூடும்’ என்ற தலைப்பில் தி ஹிந்து பத்திரிகையின் பெங்களூர் பதிப்பில் 2021 ஜூன் 04 அன்று வெளியானதொரு செய்திக் கட்டுரையில் மேற்கோள் காட்டப்பட்டிருந்த, உங்கள் மதிப்புமிக்க அலுவலகத்திடம் பேராசிரியர் பாலகுருசாமி சமர்ப்பித்துள்ள 2021 ஜூன் 03 நாளிட்ட கடிதத்திற்கான எதிர்வினையாகவே இந்த கடிதத்தை எழுதுமாறு நான் தூண்டப்பட்டேன். அந்தக் கட்டுரையில் பேராசிரியர் பாலகுருசாமியை மேற்கோள் காட்டி ‘தேசிய கல்விக் கொள்கை-2020இன் ஒரு பகுதியாக தமிழ்நாடு இருக்க விரும்பவில்லை எனில் கல்வித் தரங்களையும், சாதனைகளையும் மேம்படுத்துவதற்கான வாய்ப்பை அது இழந்து விடும்’ என்று குறிப்பிடப்பட்டிருந்தது.

ஏமாற்றமடையும் வகையிலே தேசிய கல்விக் கொள்கை - 2020க்கு ஆதரவாக பேராசிரியர் பாலகுருசாமி கூறிய அந்தக் கூற்றுக்கள் ஆதாரமற்றவையாக, மேலோட்டமானவையாக, குழந்தைத்தனமானவையாக இருப்பதால், நான் அவற்றை ஆரம்பத்திலேயே நிராகரித்து விடுகிறேன். அவரது கருத்துகள் எவ்வித அறிவியல்பூர்வமான தளமும் இல்லாமல், போலி நாட்டுப்பற்று கொண்ட வலதுசாரி தேசியவாதிகளின் கருத்துகளை வெறுமனே எதிரொலிப்பவையாகவே இருக்கின்றன. அவரது கருத்துகளுக்கு ஆக்கபூர்வமாகப் பதிலளிக்கவில்லை என்றால், அத்தகைய வெளிப்பாடுகள் மக்களையும், கொள்கை வகுப்பாளர்களையும் தவறாக வழிநடத்தக்கூடும் என்றே நான் பயப்படுகிறேன். எனவே மாநிலத்தில் சமீப காலங்களில் நிலவி வருகின்ற இதுபோன்ற தவறான பிரச்சாரங்கள், கட்டுக்கதைகள் குறித்து கருத்து தெரிவிக்கும் பொறுப்பை ஏற்க நானாகவே முன்வந்திருக்கிறேன். கீழே உள்ள எனது எதிர்வினைகள் தனிப்பட்ட எனது ஆசைகளாலோ அல்லது எந்தவொரு குறுங்குழுவாத கோட்பாடுகள் அல்லது கொள்கைகளினாலோ தூண்டப்படவில்லை என்றும், உலகளவில் கல்வி என்ற கருத்து குறித்து அறியப்பட்டுள்ள தத்துவ, அறிவியல் வரம்புகளுக்குட்பட்டவையாக அவை இருக்கின்றன என்றும் நான் உங்களுக்கு உறுதியளிக்கிறேன்.

கட்டுக்கதை 1

தேசிய கல்விக் கொள்கை – 2020 ஹிந்தியைத் திணிக்க முற்படவில்லை.மாறாக அது தங்கள் வாய்ப்புகளை மேம்படுத்திக் கொள்ளும் வகையில் கூடுதல் மொழியை மாணவர்கள் கற்க உதவும் மும்மொழிக் கொள்கையையே வலியுறுத்துகிறது.

தேசிய கல்விக் கொள்கை - 2020 ஹிந்தி அல்லது சமஸ்கிருதத்தை வெளிப்படையாகத் திணிக்கவில்லை என்றாலும், அது ஹிந்தி/ சமஸ்கிருதத்தை ஹிந்தி அல்லாத மாநிலங்களிலும், சமஸ்கிருதத்தை இந்தோ-ஆரிய மொழி மாநிலங்களிலும் கட்டாயமாகத் திணிப்பது என்ற தன்னுடைய நோக்கத்தை கல்விக் கொள்கையின் துணைப்பிரிவுகளில் (4.13 முதல் 4.19 வரை) சுற்றி வளைத்துச் சொல்லியிருக்கிறது. 1960இல் ஹிந்தியை மையமாகக் கொண்டிருந்த மொழிக் கொள்கை இப்போது உண்மையில் சமஸ்கிருத மையப்படுத்தப்பட்ட மொழி தேசியவாதத்திற்கு மாறியுள்ளது. தேசிய கல்விக் கொள்கை மூன்று மொழிகளில் இரண்டு இந்தியாவுக்குச் சொந்தமானதாக இருக்க வேண்டும் என்று (துணைப்பிரிவு 4.13) விதிக்கிறது என்றாலும் இடைநிலைக் கல்வி மற்றும் அதற்கு அப்பால் உள்ள அனைத்து மட்டங்களிலும் மும்மொழிக் கொள்கையில் சமஸ்கிருதத்தை (துணைப்பிரிவுகள் 4.16, 4.17, 22.15 மற்றும் 22.16) மாணவர்களுக்கானதொரு தேர்வாகவே அது வலியுறுத்துகிறது. அதன் சொந்த வார்த்தைகளில் (துணைப்பிரிவு 4.17) 'பள்ளி மற்றும் உயர்கல்வியின் அனைத்து மட்டங்களிலும் மும்மொழிக் கொள்கையில் ஒரு தேர்வாக இருப்பது உள்ளிட்டு மாணவர்களுக்கான முக்கியமான, வளமான தேர்வாகவும் சமஸ்கிருதம் வழங்கப்படும்' என்று குறிப்பிடப்பட்டுள்ளது. அந்தக் கொள்கையில் இங்கும் அங்குமாக பிற மொழிச் சமூகங்களை நம்ப வைப்பதற்காக 'பிற செம்மொழிகள்' என்று மேற்கோள் காட்டப்படும் அதேவேளையில் 'சமஸ்கிருத அறிவு முறை', அதன் பெருமை, அதனுடன் தொடர்புடைய கலை, கலாச்சாரம் என்று அந்தக் கொள்கையாவணம் முழுக்க வழங்கப்பட்டிருக்கும் விதத்திலிருந்தே கொள்கை வகுப்பாளர்களின் நோக்கத்தை ஒருவரால் எளிதாகப் புரிந்து கொள்ள முடியும்.

கல்விக் கொள்கை அதில் உள்ளவாறே தமிழ்நாட்டில் செயல்படுத்தப்படும் என்றால், அதில் குறிப்பிடப்படும் மூன்று மொழிகள் தமிழ்-ஆங்கிலம்-சமஸ்கிருதம் என்பதைத் தவிர வேறு என்னவாக இருக்க முடியும்? சமஸ்கிருதம் போன்றதொரு மொழியைக் கற்றுக்கொள்வதில் நன்மைகள் ஏதேனும் இருக்கும் என்றால் அல்லது சமஸ்கிருதத்தைக் கற்பதால் தங்கள்

தாய்மொழியில் இருப்பதைவிட மேம்பட்ட இலக்கியப் படைப்புகள், அறிவியல், கலை, கணிதம், வணிகம் ஆகியவற்றைப் பெற முடியும் என்று மக்கள் கருதுவார்கள் என்றால் மக்கள் அனைவருக்கும் தெரிவு செய்வதற்கான மொழியாகவே சமஸ்கிருதம் நிச்சயம் இருக்கும். அவ்வாறில்லாத போது வேறொருவரின் கடந்தகாலப் பெருமை அல்லது பழமை வாய்ந்த அறிவு மற்றும் கலாச்சாரத்தைக் கற்றுக் கொள்வதற்காக மட்டுமே தேசம் ஏன் சமஸ்கிருதத்தைக் கட்டாயப்படுத்த வேண்டும்? மாநிலங்கள் தீர்மானித்துக் கொள்ளக்கூடிய ஒரு தேர்வாக மட்டுமே சமஸ்கிருதம் இருக்கும் என்று ஒருவர் வாதிடலாம் என்றாலும் நடைமுறையில் உள்ள செயல் திட்டமோ அல்லது இந்த கொள்கையில் முன்மொழியப்பட்டுள்ள திட்டங்களோ அவ்வாறு கூறவில்லை. பிற மொழி மாநிலங்களில் சமஸ்கிருதமற்ற பிற மொழிகளைக் கற்பிப்பதற்கான ஆசிரியர்களை நியமிப்பதற்கான நிதியுதவி மற்றும் உள்கட்டமைப்பை உருவாக்குவதற்கு அந்தந்த மாநிலங்களே பொறுப்பு என்று கூறப்படுகின்ற அதே கொள்கையில் இந்தியா முழுவதும் சமஸ்கிருதத்தைச் செயல்படுத்துவதற்கான பொறுப்புகள் மட்டும் மத்திய அரசிடம் ஒப்படைக்கப்படுகின்றன. நிதி, உள்கட்டமைப்பு, ஆசிரியர்களுக்கான மையப்படுத்தப்பட்ட பொறுப்பேற்பு எதுவும் இல்லாததால் சமஸ்கிருதம் அல்லாத பிற மொழிகளைக் கற்றல் என்பது இயல்பாகவே ஊக்கமிழந்து போகும்.

ஒரே பாரதம் உன்னத பாரதம் (ஏக் பாரத் ஸ்ரேஷ்ட பாரத்) என்ற திட்டத்தின்கீழ் உள்ள இந்திய மொழிகள் குறித்த வேடிக்கை திட்டம், கலை மற்றும் கலாச்சார முயற்சிகள், இந்திய அறிவு முயற்சி, பன்மொழித்துவம், மொழியியல் உயர்கல்வி நிறுவனங்கள் (பல்கலைக்கழகங்கள்) உருவாக்கம், சமஸ்கிருதத்திற்கான மையப்படுத்தப்பட்ட ஆய்வுகளுக்கான பட்ஜெட் ஒதுக்கீடு, மொழிபெயர்ப்பு மற்றும் விளக்கத் திட்டங்கள், தொழில்நுட்ப அடிப்படையிலான விளம்பரங்கள் என்று இந்த கொள்கையாவணம் முழுவதும் உள்ள அனைத்து முன்மொழிவுகளும் போதுமான திட்டங்கள், நிதி, அதிகாரம் கொண்டு சமஸ்கிருதத்தை ஊட்டி வளர்ப்பவையாகவே இருக்கின்றன. எனவே அனைத்து மாநிலங்களிலும் சமஸ்கிருதம் அல்லது ஹிந்தி தவிர பிற மொழிகளைக் கற்பிப்பதற்கான வாய்ப்பு இருக்கப் போவதில்லை. மற்ற அனைத்து செம்மொழிகளின் வளர்ச்சிக்கான வாய்ப்பை மறுத்து அவற்றை இல்லாமல் செய்வதாகவே இருக்கும். மாணவர்களுக்குச் சொந்தமான மொழியில் கல்வி கற்பிப்பதில்

எந்தக் கேள்வியும் எழப் போவதில்லை எனும் நிலையில் மூன்று மொழிகளைக் கற்றுக் கொள்வது குறித்து கட்டாயமாகக்கேள்விகள் எழுகின்றன. இந்த கொள்கையாவணத்தில் தேசிய ஒற்றுமையை வளர்ப்பது, இந்திய மரபுகள், கலாச்சாரத்தைக் கற்றுக்கொள்வது போன்ற சில அற்ப நன்மைகளை கொள்கை வகுப்பாளர்கள் சுட்டிக் காட்டுவதைத் தவிர மூன்று மொழிகளைக் கற்பதன் நன்மை குறித்து ஓரிடத்திலும் நிரூபித்துக் காட்டப்படவில்லை. இயந்திரம் மூலம் கற்றல், செயற்கை நுண்ணறிவு, குவாண்டம் கணிப்பு போன்ற தொழில்நுட்பங்களின் விரைவான வருகையால் பல்வேறு சமூகங்களில் உள்ள அனைத்து இலக்கியங்கள், வரலாறு, பாரம்பரியம், கலாச்சாரம் குறித்து அந்தந்த மூல மொழிகளை அறியாமலேயே கற்றுக் கொள்ள முடிகிறது.

இன்றைய நிலைமையில் ஒரு மொழியின் பாரம்பரியம், கலாச்சாரம், வரலாற்றைக் கற்றுக்கொள்ள அந்த மொழியை அறிந்திருக்க வேண்டிய அவசியம் தேவையில்லை. வெவ்வேறு கலாச்சாரங்களை தங்களுக்குள் கற்றுக்கொள்ளவும், அவற்றில் உள்ள பரஸ்பர அறிவியல் முன்னேற்றங்களைப் புரிந்து கொள்ளவும் இப்போதுள்ள தொழில்நுட்பமும் அறிவியலும் துணை நிற்கின்றன. அதைத் தாண்டி சில காரணங்களால் ஏதாவதொரு மொழியைக் கற்றுக் கொள்வதைக் கட்டாயம் என்று ஒருவர் உணர்வாரேயானால், இன்றைய காலகட்டத்தில் கிடைக்கக்கூடிய பல்வேறு ஆதாரங்கள் மூலம் எந்தவொரு சிரமமும் இல்லாமல் அவரால் அந்த மொழியைக் கற்றுக் கொள்ள முடியும். மெய்நிகர் மெய்மை, இயங்குபடம் (அனிமேஷன்), தலைப்புகள், குரல் உள்ளிட்ட கருத்துகளை ஒருங்கிணைத்து உருவாக்கப்பட்டுள்ள பெரிதாக்கப்பட்ட மெய்மை (ஆக்மென்டட் ரியாலிட்டி) என்ற கருத்தாக்கம் மூலமாக எந்தவொரு மூல மொழியில் இருக்கின்ற உள்ளடக்கங்களையும் வேறு எந்தவொரு மொழிக்கும் துல்லியமாக அவரால் மாற்றிக்கொள்ள முடியும். எனவே மற்ற மொழிகளைக் கற்றுக் கொள்வதற்காக அரசு (தேசம்) மிகவும் கவலைப்பட வேண்டியதில்லை; தன்னுடைய ஆற்றலை அதற்காக வீணாக்கிக் கொள்ளவும் வேண்டியதில்லை. மேலும் அது அரசின் வேலையும் அல்ல. எனவே 'தேசிய கல்விக் கொள்கை - 2020 ஹிந்தி/சமஸ்கிருதத்தைத் திணிக்காது' என்று முன்வைக்கப்படுகின்ற வாதம் ஒரு சதியாக, கட்டுக்கதையாக மட்டுமே நம்மீது மிகவும் தந்திரத்துடன் ஆழப் பதிய வைக்கப்படுகிறது. அதற்கு மாற்றாக தமிழ் அனைத்து மட்டத்திலும்

கற்றல் ஊடகமாக வளர்த்தெடுக்கப்பட வேண்டும். அதுவரையிலும் தற்போதைய இருமொழி (தமிழ் மற்றும் ஆங்கிலம்) அணுகுமுறையே தொடர வேண்டும்.

கட்டுக்கதை 2

மூன்றாம், ஐந்தாம் மற்றும் எட்டாம் வகுப்பில் தேர்வுகள் மாணவர்களின் முன்னேற்றத்திற்கு இடையூறாக இருக்காது. அவை மாணவர்களுடைய கற்றல் விளைவுகளை மதிப்பிடுவதை மட்டுமே நோக்கமாகக் கொண்டிருக்கும். மேலும் தேர்வுகள் மற்றும் தேர்ச்சி முறைகளை மாநிலங்களே தீர்மானித்துக் கொள்ள முடியும்.

இந்த தேர்வுகள் மாணவர்களின் முன்னேற்றத்திற்கு இடையூறாக இருக்குமா இல்லையா என்பது இங்கே பிரச்சனை அல்ல. கற்றல் விளைவை மதிப்பிடுவதற்கான திறவுகோல் யாருடையது, அதை யார் கட்டுப்படுத்துகிறார்கள் என்ற அது குறித்து எழுகின்றகேள்விகளே உண்மையான பிரச்சனையாக இருக்கின்றன. ‘என்சிஇஆர்டி வழிகாட்டுதலுடனான தேசிய மதிப்பீட்டு மையம் என பெயரிடப்பட்ட ஒரு உச்ச அதிகார அமைப்பானது மத்திய அங்கீகாரம் பெற்ற அமைப்புகளான மதிப்பீட்டு வாரியங்களுடன் (பிஓஏக்கள்) இணைந்து மூன்றாம் வகுப்பிலிருந்து பன்னிரண்டாம் வகுப்பு வரையிலான அனைத்துத் தேர்வுகளையும் ஒழுங்குபடுத்தி செயல்படுத்துகின்ற அதிகாரம் கொண்டதாக இருக்கும்; தேசிய அளவிலான இந்த நடைமுறையில் மாநிலங்கள் செயல்படுபவையாக மட்டுமே இருக்கும்; மத்தியில் நிர்ணயிக்கப்படும் தரநிலைகள் மற்றும் கட்டமைப்பிற்கு மாநிலங்கள் இணங்கிச் செல்ல வேண்டும்’ என்று கல்விக் கொள்கையின் 4.39 முதல் 4.41 வரையிலான துணைப்பிரிவுகள் குறிப்பிடுகின்றன. ‘எட்டாம் வகுப்பு வரை அனைத்து வகுப்புகளிலும் அனைவரும் தேர்ச்சி’ என்ற கொள்கையை அரசு ஏற்றுக் கொள்வதால், மாணவர்கள் அனைவரும் கற்றல் விளைவுகள் மதிப்பீடு செய்யப்படாமலே தேர்ச்சி அடைகிறார்கள் என்று அர்த்தமல்ல என்பதை ஒருவர் நன்கு புரிந்துகொள்ள வேண்டும். விரும்பத்தக்க, முன்னரே தீர்மானிக்கப்பட்ட கற்றல் விளைவுகள் குறித்து பள்ளிகளால் மாணவர்கள் முறையாக மதிப்பிடப்படுகின்றனர். மேலும் இந்த செயல்முறையானது பல மாநில அதிகாரிகள், துறைகளால் படிப்படியாக கீழ்நோக்கி வழிநடத்தப்பட்டு கண்காணிக்கப்பட்டும் வருகிறது. அவ்வாறு இருந்து வரும் நிலையில் கற்கும் மாணவர்களை மதிப்பிடுவதற்கு தேசிய அளவிலான உச்ச அதிகார அமைப்பிற்கான தேவை எங்கே இருந்து வருகிறது?

கற்றல் மற்றும் கற்றல் மதிப்பீடு நடவடிக்கைகள் வகுப்பறைகளுக்குள்ளேயே மட்டுப்படுத்தப்பட்டிருப்பதால், அது தொடர்பான நடவடிக்கைகள் முக்கியமான இருவரால் - மாணவர்கள், ஆசிரியர்களால் செயல்படுத்தப்படுகின்றன எனும் போது தேசிய அளவிலான கட்டுப்பாடுகளும், மதிப்பீட்டைக் கண்காணிப்பதற்கான தேவையும் எங்கிருந்து எழுகின்றன? விளைவு (outcome)அடிப்படையிலான கல்விக்கான சூழலில் மையப்படுத்தப்பட்ட தேசிய கட்டமைப்பானது செயலை (கற்றல் மதிப்பீடு) சிந்தனையிலிருந்து (கற்றல் மதிப்பீட்டின் முறைகள், உத்திகள்) பிரிக்கும் என்பதால் கற்றல் மதிப்பீட்டை அது பலவீனப்படுத்தவே செய்யும். இதுபோன்றதொரு மையப்படுத்தப்பட்ட மதிப்பீட்டு முறை முற்போக்கான உலகங்களில் எங்குமே கடைப்பிடிக்கப்படவில்லை. அதே கல்விக் கொள்கை விமர்சன சிந்தனை, உயர் வரிசை திறன்களை தன்னுடைய 'கொள்கை அறிக்கை' மற்றும் துணைப்பிரிவு 4.40இல் வலியுறுத்துகிறது. கற்றல் விளைவுகளை மதிப்பீடு செய்வது எப்போதுமே அப்போதைய சூழ்நிலை, சூழிசைவு, உள்ளூர் நிலைமை சார்ந்ததாக இருந்து வருவதால், அத்தகைய கற்றல் விளைவுகளைத் துல்லியமாகக் கணிப்பதற்கு பல்வேறு மாறுபட்ட மதிப்பீட்டு முறைகள் பயன்படுத்தப்பட வேண்டும். அவ்வாறான மதிப்பீடு எப்போதும் மாணவர்களை மையமாகக் கொண்டதாகவும், அந்தந்த ஆசிரியர்களால் மேற்கொள்ளப்படுவதாகவுமே இருக்க வேண்டும்.

தேசிய அளவிலான மதிப்பீட்டு கட்டமைப்பிற்கு மாறாக இதற்கென்று மிகவும் திறமையான, உலகளாவிய விழிப்புணர்வு கொண்ட கற்பித்தல் சமூகம் அவசியமாகிறது. ஆசிரியர்களின் திறமை மற்றும் திறன்களில் முதலீடு செய்வதில் அரசாங்கங்கள் அதிக கவனம் செலுத்த வேண்டும். மாணவர்களின் கற்றல் விளைவுகளை திறம்பட மதிப்பிடுவதற்கும், கண்காணிப்பதற்கும் தேவையான நுட்பங்களுக்கான போதுமான திறமை மாநில அரசுகளிடம் இருக்கின்றது. ஆகவே மதிப்பீட்டை மிகவும் பயனுள்ள முறையில் அடைவதற்கு ஏற்கெனவே அதற்கான திறமையும் பார்வையும் கொண்ட மாநில அரசுகளை ஆதரிப்பது குறித்து மட்டுமே மத்திய அரசு கவலைப்பட வேண்டும்.

கட்டுக்கதை 3

தேசிய கல்விக் கொள்கை - 2020ஆல் முன்மொழியப்பட்டுள்ள தொழிற்கல்வி என்பது 'குலத்தொழிலுக்கு' (பரம்பரையை அடிப்படையாகக் கொண்ட கல்வி) சமமானதல்ல. கொரியா, ஜெர்மனி, இங்கிலாந்து, ஜப்பான் போன்ற பல முற்போக்கான நாடுகளில் 68%க்கும் அதிகமான மாணவர்களுக்கு தொழிற்கல்வி வழங்கப்பட்டு வருகின்ற நிலையில் இந்தியாவில் பத்து சதவீத மாணவர்கள் மட்டுமே அந்தக் கல்வியைப் பெற்று வருகின்றனர். எனவே மாநிலங்கள் இதை நடைமுறைப்படுத்த வேண்டும்.

தொழிற்கல்வி குறித்து தேசிய கல்விக் கொள்கை – 2020 இடம் உள்ள நோக்கத்திற்கு மாறாக அந்த முற்போக்கான நாடுகளில் வழங்கப்பட்டு வருகின்ற தொழிற்கல்வி இருப்பது குறித்த சரியான புரிதல் இல்லாததையே இந்த வாதம் காட்டுகிறது. தேசிய கல்விக் கொள்கை- 2020இல் பரிந்துரைக்கப்பட்டிருக்கும் தொழிற்கல்வியானது அந்த முற்போக்கான நாடுகளில் (ஸ்காண்டிநேவிய நாடுகள், ஜெர்மனி, இங்கிலாந்து கொரியா, ஜப்பான்) வெற்றிகரமாக மாற்றியமைக்கப்பட்டு, பயன்படுத்தப்பட்டு வருகின்ற தொழிற்கல்விக்குச் சமமானதல்ல. அந்த நாடுகளில் உள்ள தொழிற்கல்வியானது வகுப்பறை அடிப்படையிலான தொழிற்கல்வி கற்றலின் போது பெறப்படும் பொதுவான, மாற்றத்தக்க திறன்களை, பயிற்சி நிறுவனம் ஒன்றில் நேரடியாகப் பணியில் சேர்ந்து பெறுகின்ற உண்மையான பணி அனுபவத்தால் பெறப்படும் 'கட்டமைக்கப்பட்ட கற்றலுடன்' இணைப்பதையே நோக்கமாகக் கொண்டுள்ளது. முறையான, முறைசாராத, அறிவாற்றல் மிக்க, அறிவாற்றல் தேவையற்ற மற்றும் உடலியக்கத் திறன்களை அது ஒருங்கிணைக்கிறது. அதன் விளைவாக அந்த மாணவர்கள் சிந்திக்கக்கூடிய, மிகவும் திறமையான பணியாளர்களாக மாறுகிறார்கள். தான் கற்றுக் கொண்ட அறிவாற்றல் திறன்களைக் கொண்டு எதிர்காலத்தில் எப்போதும் மாறி வருகின்ற தொழில்நுட்பம் மற்றும் பணியிடத் தேவைகளை காலப்போக்கில் தொடர்ந்து கடந்து செல்வதாகவே அது இருக்கும்.

அந்த நாடுகளில் தொழிற்கல்வியில் கட்டாய அங்கமாக தொழிற்பயிற்சிக் காலம் என்பது இருக்கிறது. பயிற்சி நிறுவனங்கள் அல்லது பிற முதலாளிகளால் வேலைக்கு அமர்த்திக் கொள்ளக்கூடிய தொழில் சார்ந்த திறன்களைப் பெறுவதற்கு மாணவர்களுக்கு அந்த தொழிற் பயிற்சிக் காலம் உதவுகிறது. தேசிய கல்விக் கொள்கை- 2020 பரிந்துரைக்கின்ற உயர்கல்வி மற்றும் ஏட்டறிவு மாடலைக் காட்டிலும் அந்த நாடுகளில் வழங்கப்பட்டு வருகின்ற பயிற்சி

அதிக வேலைவாய்ப்பு சார்ந்ததாக இருக்கின்றது. ஒருவேளை இந்த கல்விக் கொள்கையின் பரிந்துரை செயல்படுத்தப்படுமேயானால், மத்திய நிதியுதவியின் ஒரு பகுதியாக ஒன்பதாம் வகுப்பு முதல் பன்னிரண்டாம் வகுப்பு வரையிலான ராஷ்டிரிய மத்தியமிக் சிக்ஷா அபியான் திட்டத்தின் மூலமாக உயர்நிலை மற்றும் மேனிலைக் கல்வியில் தொழில்மயமாக்கல் எவ்வாறு செயல்படுத்தப்பட்டதோ அதைப் போலவே இதுவும் முடிவடையும். தற்போதைய தேசிய கல்விக் கொள்கை - 2020ஐப் போலவே வேலையை நோக்கிய அணுகுமுறைகளையும், திறன்களையும் வளர்ப்பதற்கு மாறாக அந்த திட்டம் பணிகளை முக்கியத்துவத்துடன் கற்பிப்பதிலேயே கவனம் செலுத்தியது. வெற்றிகரமான தொழிற்கல்வி என்பது பணியிடத்தில் தீவிரமான பயிற்சிகள் உடையதாக இருக்கும். வெறுமனே மற்றவர் செய்வதைக் கவனித்துப் பார்த்து கற்றுக் கொள்ளும் பயிற்சியை நோக்கியதாக அது இருப்பதில்லை. அறிவாற்றல் மிக்க மற்றும் அறிவாற்றல் தேவையற்ற நோக்குநிலைகள் மற்றும் நடத்தை, மனப்பான்மை கூறுகளை உள்ளடக்கியதாக இருக்கும். அதையும் தாண்டி அது மாறிக் கொண்டே இருக்கின்ற பணியிடங்களில் தொடர்ந்து தேவைப்படுகின்ற திறன்களைப் பெறுவதற்கும், அவற்றை மேம்படுத்திக் கொள்வதற்கும் மனதைப் பயிற்றுவிப்பதாகவும் இருக்கும். மாணவர்களுக்கு அத்தகைய கல்வியை அளிப்பதற்கு அதிக அளவிலான முதலீடுகளும், தனிப்பட்ட பயிற்சிக்குப் போதுமான அளவிலே பணியிடங்களும், தொழிற்துறை தயார்நிலையில் இருப்பது, மாணவர்களுக்கு இடமளிப்பது, பிற வளங்கள் மற்றும் தளவாடங்கள் போன்றவற்றிற்கு நிதித் திறனும் தேவைப்படுகிறது என்றாலும் இந்த கல்விக் கொள்கை அவை குறித்து மிகவும் அமைதியாகவே இருக்கின்றது.

கொள்கை வகுப்பாளர்கள் மற்றும் ஏஐசிடிஇ (அகில இந்திய தொழில்நுட்பக் கல்வி கவுன்சில்) போன்ற ஒழுங்குமுறை முகமைகள் இறுதி ஆண்டு பொறியியல் பட்டம் மற்றும் டிப்ளோமா மாணவர்களுக்கு உள்ளிருப்பு பயிற்சிகள் (தொழில் பயிற்சி) வழங்கப்பட வேண்டும் என்று பலமுறை அழைப்பு விடுத்திருந்த போதிலும், அதை இந்திய தொழில்முறைக் கல்வியால் அடைய முடியவில்லை என்பதை இங்கு கவனத்தில் கொள்ள வேண்டும். இரண்டு காரணங்களால் அது நடைபெற இயலாமல் போனது: 1) பொறியியல் மாணவர்களின் எண்ணிக்கையுடன் ஒப்பிடுகையில் தற்போதுள்ள தொழில்களின்

எண்ணிக்கை குறைவாக இருப்பதால் தேவைப்படுகின்ற கற்றல் பணியிடங்கள் கிடைக்காமல் போயின 2) அத்தகைய வேலைவாய்ப்பு அனுபவத்தை பணியிடங்களில் வழங்குவதற்குத் தேவையான செலவை தொழில்துறையோ அல்லது அரசாங்கமோ அல்லது கல்வி நிறுவனமோ ஏற்றுக் கொள்வதற்குத் தயாராக இருக்கவில்லை. அந்த (பொறியியல்) மாணவர்களுக்கே இதுபோன்ற நிலைமை இருக்கையில், மேனிலைப் பள்ளி மாணவர்களுக்கு (ஆறு முதல் பன்னிரண்டாம் வகுப்பு வரை) எந்த அளவிலான முயற்சிகள், வாய்ப்புகள், வல்லுநர்கள் மற்றும் நிதி உருவாக்கப்பட வேண்டியிருக்கும் என்பதைக் கற்பனை செய்வதே மிகவும் கடினமாக இருக்கிறது.

'குறைந்தது ஒரு தொழிலிலாவது கட்டாயப் பயிற்சி அளித்தல்', உள்ளூர் பகுதிக்குப் பொருத்தமான செய்தொழில்களை வழங்குதல் என்று தொழிற்பயன்பாட்டை அடைவதற்கான இரண்டு முக்கிய நிபந்தனைகளை இந்த கல்விக் கொள்கை பரிந்துரைத்துள்ளது. அதுவும்கூட முற்போக்கான நாடுகளில் இருப்பதைப் போலல்லாமல் பள்ளிக் கல்விக்கான தேசிய பாடத்திட்ட கட்டமைப்பின் (என்சிஎஃப்எஸ்இ) வழிகாட்டுதலின் கீழ் என்சிஇஆர்டி வகுத்துக் கொடுக்கும் பாடத்திட்டத்தின் மூலம் பிரதான கல்விக்குள் உள்ளடக்கிய கட்டாயத் திட்டமாகவே இருக்கிறது. உள்ளூர் பகுதிக்குப் பொருத்தமான செய்தொழில்களை வழங்குதல் என்பதற்கான உண்மையான பொருள் நாடு/பிராந்தியம்/ தொழில்துறை எதிர்கொண்டு வருகின்ற திறன் பற்றாக்குறையைக் கருத்தில் கொண்டு மேற்கொள்ள வேண்டியவை, மாணவர்களின் ஆசை போன்றவற்றிற்கு மாறாக உள்ளூர்ப் பகுதியில் கிடைக்கக்கூடிய பரம்பரையை அடிப்படையாகக் கொண்ட தொழில்களை மட்டுமே தேர்வு செய்ய மாணவர்களையும், கல்வி நிறுவனங்களையும் கட்டாயப்படுத்துவது என்பதாகவே இருக்கும். குறிப்பாக படிநிலை ரீதியாக துண்டு துண்டாக இருந்து வருகின்ற சமூகக் கட்டமைப்பில் இதுபோன்ற தொழில்சார் தேர்வுகள் சமூகப் படிநிலையில் மேல் மட்டங்களில் இருப்பவர்களின் தயவிலேயே இருந்து வருவதால் தங்களுக்கான தொழில் தேர்வுகளைத் தேர்ந்தெடுப்பதற்கு கல்வி நிறுவனங்கள் அல்லது மாணவர்களுக்கு மிகக் குறைவான வாய்ப்புகளே கிடைக்கும். இறுதியில் அது பரம்பரையை அடிப்படையாகக் கொண்ட (குலத்தொழில்) கல்வியிலேயே சென்று முடிவடையும். அது பெரும்பான்மையான மாணவர்களின் திறனைக் குறைப்பதாக இருப்பதுடன் பிரதானக்

கல்வியை அவர்கள் தொடர்வதற்கான முன்னேற்ற வழிகளை அடைப்பதன் மூலம் அந்த மாணவர்களுடைய உயர்கல்வியையும் தடுக்கும்.

நான்காம் தொழிற்புரட்சி, இயந்திர வழிக் கற்றல் மூலமாக வலுப்படுத்தப்பட்ட சைபர் இயற்பியல் அமைப்பு, நவீன குவாண்டம் இயக்கவியல் உலகில் உள்ள செயற்கை நுண்ணறிவு போன்றவை 'வாழ்க்கை' மற்றும் 'வேலை'களுக்கான புதிய வழியை நோக்கி உலகை நகர்த்தி வருகின்றன. அதன் மூலம் பணியிடங்கள் வேறுபட்ட பல்வேறு திறன்கள், அறிவு ஆகியவற்றைக் கொண்ட மனித வளங்களால் முற்றிலும் புத்துணர்வூட்டப்படுகின்ற புதிய பரிமாணத்தை நோக்கி மறுவடிவமைக்கப்படுகின்றன. மேலும் நவீன இயற்பியலில் ஏற்படுகின்ற விரைவான முன்னேற்றங்கள், மாற்றங்களால் தூண்டப்பட்ட தொழில்கள், செய்தொழில்கள் பெரும்பாலும் நிலையற்றதாக, குறுகிய காலத்திற்கே இருக்கும் என்றும் எதிர்பார்க்கப்படுகிறது. ஒரேயொரு வகையிலானதாக குறுகிய நோக்கம் கொண்ட திறன்கள், பணிகளில் இன்றைக்கு மேற்கொள்ளப்படும் பயிற்சி மற்றும் தொழில்மயமாக்கல் நாளையே வழக்கற்றுப் போய் விடலாம் என்பதே அதன் பொருளாகும். இந்த கல்விக் கொள்கை விரும்பியவாறு குறைந்தபட்சம் ஒரு தொழிற்துறையிலாவது மேற்கொள்ளப்படுகின்ற பணி அடிப்படையிலான பயிற்சி என்பது பன்னிரண்டாம் வகுப்பில் மாணவர்கள் தங்களுடைய பயிற்சியை முடிக்கின்ற நேரத்தில் நேற்றைய விஷயமாக நிச்சயம் மாறியிருக்கும். எனவே அதை அவர்கள் தங்கள் வாழ்க்கையாகத் தொடர விரும்புவார்கள் என்றால் இன்றைக்கு அல்லது நாளைக்கும்கூட கவர்ச்சிகரமானதாக அது இருக்காது.

இத்தகைய மனித வளத்தைப் பயன்படுத்திக் கொள்வதை நோக்கி முற்போக்கான உலகங்கள் முன்னேறி வருகையில், இந்த கல்விக் கொள்கையோ மனித மூலதனத்தை, முக்கியமாக பின்தங்கியிருப்பவர்களை தங்களுடைய மிகப் பழைய வாழ்வாதாரங்களிலிருந்து திறன்களைப் பெற்றுக் கொள்ளுமாறு பின்னோக்கி இழுக்க முயல்கிறது. ஒட்டுமொத்தத்தில் தொழிற்கல்வி சார்ந்த பிரச்சனையில் மிகவும் பின்தங்கிய நிலையில் உள்ள இந்த கல்விக் கொள்கை குலத்தொழில் சார்ந்த படிநிலையால் தரப்படுத்தப்பட்டிருக்கும் சமூகத்தைப் பலப்படுத்துவதாகவே இருக்கிறது. சமூகரீதியாக அடையாளம் காணக்கூடியதாக,

பரம்பரையை அடிப்படையாகக் கொண்ட வேலை அமைப்புடன் இன்றைக்கும் இருந்து வருகின்ற தரப்படுத்தப்பட்ட படிநிலைச் சமூகத்தில் இந்த கல்விக் கொள்கை உண்மையான தொழிற்கல்வியை ஊக்குவிக்க விரும்புகிறது என்றால், அது சமூகத்தின் பல்வேறு சமூகப் பிரிவுகளிடையில் 'தலைமுறைகளுக்கு இடையிலான தொழில்சார் நகர்வை' ஊக்குவித்திருக்க வேண்டும். அதன்மூலம் தங்களுடைய சமூக இருப்புகளைப் பொருட்படுத்தாமல் அனைத்து தரப்பினரும் இருபத்தியோராம் நூற்றாண்டின் தொழில் திறன் மற்றும் வாய்ப்புகளை நோக்கி தங்களைப் பொருத்திக்கொள்ள முடிந்திருக்கும்.

கட்டுக்கதை 4:

கல்வி ஒத்திசைவுப் பட்டியலில் உள்ளது என்பதால் மத்திய அரசுக்கு கொள்கைகளை வடிவமைப்பதற்கான உரிமை உள்ளது. உள்ளூர்த் தேவைகள் மற்றும் ஆர்வங்களுக்கு ஏற்றவாறு மாநிலங்கள் அதில் சில விதிகளைப் பின்பற்றிக் கொள்ளலாம்.

கல்வி தொடர்பான கொள்கைகள், சட்டங்களை உருவாக்குவதில் மாநிலங்கள் மத்திய அரசுக்கு அடிபணிய வேண்டிய தேவை எதுவும் இல்லாதிருக்கின்ற நிலையில் இதுபோன்ற கருத்து மிகவும் தவறானதாகும். தரமான கல்வி வழங்கப்படுவதை உறுதி செய்வதற்கான கொள்கைகளை, சட்டரீதியான சட்டங்களை வகுப்பதற்கான அதிகாரங்கள் மாநிலங்களுக்கு உள்ளன. கல்வியைப் பொறுத்தவரை ஒத்திசைவு நிலை என்பது அரசியலமைப்பின் பரந்த கருப்பொருள்கள், குறிக்கோள்களுக்கு இணங்க அர்த்தமுள்ள, ஆக்கப்பூர்வமான கூட்டாண்மை வடிவத்தில் மத்திய மற்றும் மாநில அரசாங்கங்களால் கல்வி தொடர்பான கொள்கைகள் சட்டமாக இயற்றப்படுவதாகவே இருக்கின்றது. மாநிலங்கள் மற்றும் மாநில மக்களை ஈடுபடுத்தாமல், தனது கல்விக் கொள்கைகளையும், சட்டங்களையும் மத்திய அரசு ஒருதலைப்பட்சமாகத் திணிக்க முடியாது என்பதே அதன் பொருளாகும். 1976ஆம் ஆண்டில் 42ஆவது சட்டத்திருத்தத்தை அமல்படுத்தியதன் மூலம் செய்யப்பட்ட தவறே தற்போதைய முட்டுக்கட்டைக்கு முதன்மையான காரணமாக இருக்கிறது. சர்வாதிகார அரசாங்கம் என்ற ஒன்று வரும் வேளையில் அது அந்த ஏற்பாட்டின் கீழ் உள்ள விதியைப் பயன்படுத்திக் கொண்டு மக்களுக்கு எதிராக அதைத் தவறாகப் பயன்படுத்திக்கொள்ளும் என்பதே இப்போது நிரூபிக்கப்பட்டுள்ளது.

ஆம்... பாடத்திட்டம் துவங்கி பாடநூல்கள், கற்பித்தல் மற்றும் கற்றல், மாணவர் சேர்க்கைகள் (நுழைவுத் தேர்வு மூலம்), அங்கீகாரம், ஒழுங்குமுறை மற்றும் கண்காணிப்பு, தேர்வுக்கான ஆசிரியர்கள் நியமனம் (கற்றல் மதிப்பீடு) என்று பல வழிகளில் கல்வியில் உள்ள அனைத்தையும் தற்போதைய மத்திய அரசு மையப்படுத்த முயல்கின்றது. அது மிகச் சிறிய அளவில் மீதமுள்ள தேர்வுகளை மட்டுமே மாநிலத்திடம் விடுகிறது. உண்மையில் 1976ஆம் ஆண்டில் செய்யப்பட்ட தவறைச் சரி செய்வதன் மூலமாக நமது அரசியலமைப்பால் முதன்மையாக மாநிலப் பொருளாகக் கருதப்படுகின்ற கல்வியை ஒத்திசைவுப் பட்டியலில் இருந்து மீண்டும் மாநிலப் பட்டியலுக்கு கொண்டு வரவேண்டும். தேசிய கல்விக் கொள்கை இந்தியா முழுவதும் பல கிராமங்கள், பிராந்தியங்கள், மாவட்டங்களில் இருந்து பல்வேறு தரப்பினரிடம் தொடர் ஆலோசனைகளைப் பெற்று வடிவமைக்கப்பட்டிருப்பதால் அது இந்திய மக்கள் அனைவரையும் பிரதிபலிக்கிறது என்றும் எனவே அது தமிழ்நாட்டில் செயல்படுத்தப்பட வேண்டும் என்றும் தேசிய கல்விக் கொள்கை - 2020இன் ஆதரவாளர்கள் கோரி வருகின்றனர். மத்திய அரசின் விசுவாசிகளுக்கிடையில் மட்டுமே அந்த ஆலோசனைகள் மேற்கொள்ளப்பட்டதாலும், கொள்கைக் குழுவிடம் சமர்ப்பிக்கப்பட்ட பெரும்பாலான ஆக்கபூர்வமான கருத்துகள், உள்ளீடுகள் முற்றிலுமாக நிராகரிக்கப்பட்டிருக்கின்றன என்பதாலும் அவர்களுடைய இந்த வாதம் உண்மையில் பொய்யானதாகும்.

தங்களுக்குச் சொந்தமான கல்விக் கொள்கைகளையும், சட்டங்களையும் செயல்படுத்த அரசியலமைப்பு அதிகாரம் அளிக்கிறதா இல்லையா என்பது ஒருபுறமிருக்க, உலகத்தில் உள்ள பல்வேறு நாடுகளில் உள்ள சிறந்த நடைமுறைகளின்படி பார்க்கும் போது தார்மீகரீதியாக, நெறிமுறைகளின்படி, அறிவியல்ரீதியாக கல்வி என்பது மாநிலத்தின் கீழ் வருவதாகவே உள்ளது. மாறுபட்ட பிரதிநிதித்துவங்களைக் கொண்டு பல்வேறு வகையாக இருக்கின்ற சமூகங்கள் வெவ்வேறு தனித்துவமான கருத்துகளைக் கொண்டிருக்கின்றன. அதாவது அரசியலமைப்பு ரீதியாக ஒரே தேசமாக அவை ஒன்றிணைக்கப்படலாம் என்ற போதிலும் இயல்பாகவே அவை வெவ்வேறு நாடுகளாகவே இருக்கின்றன. அரசியலமைப்பு-தேசம் (தேசிய-அரசு) மற்றும் கருத்துரீதியான-தேசம் (சமூகம்) ஆகியவை முற்றிலும் வேறுபட்டவையாகவே இருக்கின்றன. அரசியலமைப்பு-தேசம் என்பது அரசியலமைப்பு

மற்றும் அதன் சட்டங்களால் உருவாகிறது.ஆனால் கருத்துரீதியான-தேசம் என்பது அங்கீகரிக்கப்பட்ட அதன் சமூகத்தால் பிரதிநிதித்துவம் செய்யப்பட்டு பரவலாக அதன் சமூக அலகுகளாலேயே அமைக்கப்படுகிறது.

கல்வியின் அதிகார வரம்பு அரசியலமைப்பு-தேசத்திற்கானது அல்ல; அது கருத்துரீதியான-தேசத்திற்கு (சமூகம்) மட்டுமானதாகும். எனவே வெவ்வேறு கருத்துரீதியான நாடுகளுக்கு பொதுவான கல்விக் கொள்கையால் சேவையாற்ற முடியாது. இந்திய தேச அரசு என்பது மொழியியல், கலாச்சாரம், இன ரீதியாக தமிழ்நாடு, கன்னட தேசம், மலையாளம், தெலுங்கு, மராத்தி, பெங்காலி, குஜராத்தி, ஹிந்தி நாடுகள் மற்றும் பல கருத்துரீதியான நாடுகளை உள்ளடக்கியதாகும். அந்த வகையில் ஒவ்வொரு இந்திய மாநிலமும் (தமிழ்நாடு, உத்தரப்பிரதேசம் போன்றவை) கருத்தியல் ரீதியான-தேசமாகவே இருக்கின்றன.அதே நேரத்தில் அவை இந்திய அரசியலமைப்பு-தேசத்தின் கீழ் மாகாணமாக அங்கீகரிக்கப்பட்டுள்ளன. அவை ஒவ்வொன்றும் தங்களுக்கென்று தனித்துவமான கலாச்சாரம், ஆன்மா, சுதேசிய அறிவு (அனுபவம்), தேவைகள், கோரிக்கைகள், கேள்விகள், மரபுகள், அறிவியல் தேடல்கள், சமூக நடத்தை ஆகியவற்றை உள்ளடக்கிய தனித்துவமான கருத்தைக் கொண்டவையாக இருக்கின்றன. இவையனைத்திற்குமான பொதுவானதொரு கல்விக் கொள்கையை இந்தியாவில் பொருத்துவது என்பது பயனற்றது. இதைச் சரியாகப் புரிந்து கொண்டதால்தான் அமெரிக்கா, ரஷ்யா, இங்கிலாந்து மற்றும் பிற ஐரோப்பிய நாடுகளைப் போன்று உலகில் உள்ள எந்தவொரு முற்போக்கான நாடும் இதுவரை நாடு தழுவியதொரு கல்விக் கொள்கையை உருவாக்கிடுவதற்கான முயற்சிகளை மேற்கொண்டிருக்கவில்லை.

உண்மையில் ஒப்பிடக்கூடிய ஜனநாயக அமெரிக்கா மற்றும் கம்யூனிஸ்ட் சீனா போன்ற நாடுகளிலும், சிறிய ஆனால் முற்போக்கான ஸ்காண்டிநேவிய நாடுகளிலும் கல்வி என்பது மாநில அளவிலான அல்லது மாகாண அளவிலான விவகாரமாகவே இருக்கிறது. கல்விக் கொள்கையின் அதிகார வரம்பு கருத்துரீதியான-தேசத்திற்கானது (சமூகத்திற்கானது), இந்தியச் சூழலில் அது மாநிலத்துடன் மட்டுப்படுத்தப்பட்டுள்ளது என்பதே இந்த பிரச்சனையின் முடிவான வாதமாக உள்ளது. மாநிலங்களே அந்த சமூகத்தைத் தனித்துவமாகப் பிரதிநிதித்துவப்படுத்துவதால் கல்வி என்பது தனித்து மாநிலத்தின் விவகாரமாகவே இருக்க வேண்டும்

என்று கருதப்படுகிறது. எனவே கல்விக் கொள்கையும் அவ்வாறாகவே இருக்க வேண்டும். இதுவரையிலும் இந்த நாட்டில் வகுக்கப்பட்ட அனைத்து கல்வி கொள்கைகளாலும் அது ஒருபோதும் புரிந்து கொள்ளப்படவே இல்லை. அதன் காரணமாக அநேகமாக அனைத்து தேசிய கல்விக் கொள்கைகளாலும் சமுதாய அளவிலே கல்வியைச் செயல்படுத்திட முடியவில்லை. மேலும் இன்றும் கூட கல்வி உள்ளீடுகளில் சில மேம்பாடுகளைத் தவிர்த்து, தரமான கல்வி என்பது நெடுங்கனவாகவே இருந்து வருகிறது.

கட்டுக்கதை 5

பின்தங்கியுள்ள அனைத்து மக்களுக்கும் தேவையான அணுகல், சமபங்கு, உள்ளடக்கல் ஆகியவற்றை வழங்குவதன் மூலம் தேசிய கல்விக் கொள்கை – 2020 கல்வியில் சமூக நீதியை உறுதி செய்கிறது.

அணுகல், சமபங்கு, உள்ளடக்கல் என்பதன் பொருள் என்ன, அவை கல்வியில் சமூக நீதியை அடைவதற்கு எவ்வாறு தேவைப்படுகின்றன என்பதை தேசிய கல்விக் கொள்கை – 2020ஐ ஆதரிக்கின்றவர்கள் புரிந்துகொள்ளவில்லை என்றே தோன்றுகிறது. பின்தங்கியிருப்பவர்களின் சேர்க்கை விகிதத்தை அதிகரிப்பதில் அணுகல், சமபங்கு, உள்ளடக்கல் என்று அனைத்தும் ஒன்றோடொன்று தொடர்புடையவையாக, பங்களிப்பவையாக இருக்கின்றன. ஆனால் பின்தங்கியவர்களை கல்விரீதியாக மேம்படுத்துவதற்கு, பின்தங்கிய மக்கள் கல்வி சேவைகளைப் பெறுவதில் ‘நியாயத்தன்மையை’ *(fairness)* உறுதி செய்வதே மிகவும் முக்கியமான தேவையாக இருக்கும். இந்த கல்விக் கொள்கையில் பரிந்துரைக்கப்பட்டுள்ளதற்கு மாறாக உள்ளடக்கல் என்பது கல்விக்கான அணுகலை விரிவாக்குவதாக மட்டுமல்லாது, கல்வியை அணுக முடியாதவர்களை அடையச் செய்வதைக் குறிப்பதாகவும், அணுக முடியாதவர்களுக்கு எவ்வாறு அதை பொருத்தமுள்ளதாக்குவது, மனித அனுபவங்களில் அதை எவ்வாறு ஒரு பகுதியாக மாற்றுவது என்பதையும் குறிப்பதாகவே இருக்கிறது. பாடத்திட்டத்தில் கற்பிக்க வேண்டிய பொருள்களாக அவர்களுடைய அறிவு, கேள்விகள், அறிவுக்கான தேடல் ஆகியவற்றைச் சேர்ப்பதை உறுதி செய்வதே உண்மையிலேயே உள்ளடக்கல் என்பதன் பொருளாக இருக்கும். நியாயமானவை எனக் கருதப்படுகின்ற பல்வேறு வகையான கல்வி மாடல்கள், திட்டங்கள், உத்திகளை உள்ளடக்கியுள்ள சமவாய்ப்பு

போன்றவற்றிற்கு அறுபத்தி ஆறு பக்கங்கள் கொண்ட இந்த கல்விக் கொள்கையில் ஓரிடமும் கிடைக்கவில்லை. எடுத்துக்காட்டாக எந்தவொரு தீர்வையும் வழங்கிடாத இந்த கல்விக் கொள்கை மூலம் சமூக ஏற்றத்தாழ்வு (சாதி முற்சாய்வு), பொருளாதார ஏற்றத்தாழ்வு, கலாச்சார ஏற்றத்தாழ்வு, குடும்ப ஏற்றத்தாழ்வு, திட்டம் சார்ந்த ஏற்றத்தாழ்வு, ஊழியர்களின் ஏற்றத்தாழ்வு, கற்பித்தல் ஏற்றத்தாழ்வு, மதிப்பீட்டு ஏற்றத்தாழ்வு, மொழி அடிப்படையிலான ஏற்றத்தாழ்வு என்று பல வழிகளில் கல்வியில் சமவாய்ப்பின்மை நுழைந்து விடக்கூடும். நிச்சயமாக பரிந்துரைக்கப்பட்டுள்ள கல்வி உள்ளீடுகள் சமமான அணுகலுக்கான ஒரு தளத்தை உருவாக்கக்கூடும் (மோசமாக செயல்படும் கல்வி நிறுவனங்களில் இருக்கலாம்) என்றாலும் இந்த உள்ளீடுகளின் நேர்மையற்ற விதிமுறைகள் சமத்துவத்தை அடையும் வேகத்தைத் தணிப்பதாகவே இருப்பதால் அவற்றால் சமத்துவத்தை உருவாக்கிட முடியாது.

குறைவான திறமையுடன் உள்ள ஆசிரியர்கள் ஒப்பீட்டளவில் ஆர்வமின்றி, பயனற்ற முறையில் கற்பிக்கலாம் என்பதால் அவர்களைக் கொண்டு மாணவர்களுக்கு கற்பிக்கப்படும் போது கற்பித்தல் ஏற்றத்தாழ்வுகள் ஏற்படக்கூடும். கல்வி முறைமையில் உள்ள மேற்குறிப்பிடப்பட்ட நியாயமற்ற தன்மை பின்தங்கிய மாணவர்களிடம் ஏற்றத்தாழ்வுகளுடனான முடிவுகளுக்கு காரணமாக இருக்கின்றன. அதைப் போன்று பின்தங்கிய மாணவர்களிடம் ஏற்றத்தாழ்வுகளை ஏற்படுத்துகின்ற நுழைவுத் தேர்வுகளும் நியாயமற்றவை என்றே கருதப்படுகின்றன. அதுபோன்ற போட்டித் தேர்வுகளில் அவர்களுடைய செயல்திறனுக்கு அவர்கள் காரணமல்ல என்றிருப்பது உண்மையில் அவர்களுக்கு இழைக்கப்படும் அநீதி அல்லவா? கல்விக் கொள்கையில் இந்த கேள்விகளுக்கெல்லாம் பதில் என்று எதுவுமில்லை. சிறப்புக் கல்வி மண்டலங்கள், பின்தங்கிய மாணவர்களுக்கு ஊக்கத்தொகை போன்ற திட்டங்கள் எல்லாம் வெறுமனே செய்து தரப்படுகின்ற வசதிகளாக, அடிப்படை ஏற்பாடுகளாகவே இருக்கின்றன. இந்த இருபத்தியோராம் நூற்றாண்டில் பின்தங்கியிருப்பவர்களை நற்பலன்களை அடைந்திருக்கும் அவர்களுடைய சகாக்களுடன் இணையாக வைப்பதற்கு போதுமானவையாக அந்த திட்டங்கள் இருக்கவில்லை. சுதந்திரம் பெற்று எழுபத்தி நான்கு ஆண்டுகளுக்குப் பிறகும் சமூகத்தின் உயர் மற்றும் கீழ் அடுக்குகளுக்கு இடையில்

கல்வி வாய்ப்புகளைப் பெறுவதில் மிகப் பெரிய கடல் அளவிலான இடைவெளி இருந்து வருகின்ற நிலையில் சிறப்புக் கல்வி மண்டலங்கள் போன்ற திட்டங்களை சமூக நீதித் திட்டங்கள் என்பதாகக் கருதுவது ஒரு நகைச்சுவையாகவே இருக்கும். சிறப்புக் கல்வி மண்டலங்கள் போன்ற திட்டங்கள் கல்வியைப் பெறுவதற்கான அடிப்படை உரிமைகளை உறுதி செய்யும் என்றாலும் அனைவருக்கும் சமமான கல்வி என்ற சிறப்பை அவை உறுதி செய்து தராது. சமூகநீதியை அடைவதற்கான தன்னுடைய திறனைப்பற்றி பெருமை கொள்கின்ற இந்த இருபத்தியோராம் நூற்றாண்டின் கொள்கை (தேசிய கல்விக்கொள்கை - 2020) இந்த இடைவெளியை அடைவதற்கான முயற்சிகளையே மேற்கொண்டிருக்க வேண்டும்.

கட்டுக்கதை 6

தேசிய கல்விக் கொள்கை - 2020 மாநிலத்தின் இடஒதுக்கீடு கொள்கையைப் பாதிக்காது என்று ஒன்றிய அரசால் உறுதியளிக்கப்பட்டுள்ளது

இது உண்மையில்லை. இந்த கல்விக் கொள்கை நிச்சயமாக, மாணவர் சேர்க்கை, ஆசிரியர்கள் பணிநியமனம் போன்றவற்றில் இடஒதுக்கீடு தொடர்பாக எந்தவொரு வார்த்தையையும் குறிப்பிடவே இல்லை.மாறாக அது இடஒதுக்கீடு வழங்கப்படுவதைத் தடுப்பதற்குத் தேவையான அனைத்து திட்டங்களையும் மிகவும் தந்திரமாக முன்மொழிந்திருக்கிறது. முதலாவதாக நாட்டின் இடஒதுக்கீடு கொள்கையில் பரிந்துரைக்கப்பட்டுள்ள பிரிவுகளுக்கு தகுதியான மாணவர்களை தனியார் கல்வி நிறுவனங்களில் சேர்ப்பதற்கான விகிதாச்சார அணுகலுக்கான (சேர்க்கை) உத்தரவாதத்தை அது அளிக்கவில்லை. பின்தங்கிய குழந்தைகளுக்கு 25% சேர்க்கையை தனியார் பள்ளிகள் வழங்க வேண்டுமென்று கல்வி உரிமைச் சட்டம் - 2009இல் கட்டாயமாக்கப்பட்ட பிறகும் பின்தங்கிய குழந்தைகளைத் தவிர்த்து, அனைவரையும் உள்ளடக்குவதாக இல்லாத அணுகுமுறையால் இந்திய தனியார் பள்ளிப் படிப்பு நீண்டகாலமாக விமர்சிக்கப்பட்டு வருகிறது. சமூகநீதியை அடையப் போவதாகக் கூறுகின்ற இந்த கல்விக் கொள்கை அது குறித்து ஒரு வார்த்தையும் கூறாமலிருப்பது ஆச்சரியமாகவே இருக்கிறது.

246ஆவது மாநிலங்களவை அமர்வில் (2018) வழங்கப்பட்ட தரவு தனியார் பள்ளிகளின் வளர்ச்சி அதிகரித்து வரும் போக்கைக் காட்டுகிறது - பள்ளிகளில் சேர்க்கப்படும் மாணவர்களில் தோராயமாக நாற்பது சதவீதம் பேர் தனியார் பள்ளிகளிலேயே

உள்ளனர். உயர்கல்வியைப் பொறுத்தவரை ஏறக்குறைய அறுபது சதவீதம் அரசு பொது நிதியளிக்கும் பல்கலைக்கழகங்கள் என்றிருக்கும் நிலையில் நாற்பது சதவீதம் தனியாரிடம் இருக்கின்றன.கல்லூரிகளைப் பொறுத்தவரை 78% கல்லூரிகள் தனியாரால் நிர்வகிக்கப்படுகின்றன.இந்த தனியார் கல்லூரிகளில் 67.3% கல்லூரி மாணவர்கள் சேர்க்கப்பட்டிருக்கிறார்கள்.இத்தகைய போக்கு பள்ளி மற்றும் உயர் கல்வி என்று இவையிரண்டுமே மிக விரைவில் முற்றிலுமாக தனியார் விவகாரமாக மாறி விடும் என்பதையே காட்டுகிறது. தனியார்மயமாக்கலின் இந்த முடுக்கத்திற்கு இணக்கமாக இருக்கும் வகையில் பொது நிறுவனங்களையும் பெருநிறுவனமயமாக்குவதற்கான ஏற்பாடுகளை தேசிய கல்விக் கொள்கை - 2020 பரிந்துரைத்துள்ளது. அதாவது, WTO-GATSஇன் புதிய தாராளமய ஆணைக்கேற்ப பொதுநிறுவனங்கள் தங்களுக்குத் தேவையான சொந்த நிதிக்கு தாங்களே பொறுப்பேற்றுக் கொள்ள வேண்டும். தனியார் பள்ளிக்கூடத்தில் பின்தங்கியவர்களுக்கு 25% இடஒதுக்கீட்டை அரசின் சட்டம் (2009)அமல்படுத்திய போதிலும், கடந்த பன்னிரண்டு ஆண்டுகளாக சட்டத்தின் இருப்பு மூலமாக ஒரு வருட காலப்பகுதியில் அரசாங்கத்தால் அதன் இலக்கில் 1% கூட அடைய முடியவில்லை எனும் போது, பின்தங்கியவர்களுக்கு அரசியலமைப்பு சார்ந்து இருந்து வருகின்ற பாதுகாப்புகளை அமல்படுத்தாமல் இப்போது தனியார் மேலாதிக்கத்தில் உள்ள கல்வித் துறையில் இட ஒதுக்கீட்டை இந்த புதிய கல்விக் கொள்கை எவ்வாறு உறுதி செய்யப் போகிறது?

அதேபோல் இந்த கல்விக் கொள்கையில் பரிந்துரைக்கப்பட்டுள்ள ஆசிரியர்களுக்கான (பள்ளி கல்வி மற்றும் உயர் கல்வி) தகுதித் தேவைகள், பணி நியமனம், பதவி உயர்விற்கான அளவுருக்கள் பெரும்பாலும் பின்தங்கிய சமூகங்களைச் சேர்ந்த ஆசிரியர்களின் நுழைவு, பின்னர் அவர்களுக்கான பதவி உயர்வு ஆகியவற்றை ஊக்கப்படுத்தும் வகையில் இருக்கவில்லை. பொதுக் கல்வி நிறுவனங்கள் முழுக்க தனியார்மயமாக்கல் அல்லது நிறுவனமயமாக்கலை எதிர்கொண்டிருக்கும் நிலையில், இடஒதுக்கீடு கொள்கைகள் இருந்தபோதிலும் அவை அந்த நிறுவனங்களுக்குப் பொருந்தாதவையாகவே இருக்கப் போகின்றன. அரசியலமைப்பு ஆவணங்களில் இடஒதுக்கீட்டுக் கொள்கை இருந்தபோதிலும் படிப்படியாக அது நடைமுறையில் இல்லாமல் போய் விடும் என்பதே இறுதி முடிவாகி விடப் போகிறது.

கட்டுக்கதை 7

தேசிய கல்விக் கொள்கை – 2020 கல்வி நிறுவனங்கள் வணிகமயமாக்கப்படுவதை ஊக்குவிக்காது. அந்த நிறுவனங்கள் கல்விசார் சிறப்பை அடைவதற்கு உதவும்.

'இலகுவான ஆனால் இறுக்கமான' ஒழுங்குமுறையின் அணுகுமுறையானது நிதி, நடைமுறைகள், பாடநெறி மற்றும் திட்டம் வழங்கல்கள், கல்வி விளைவுகள், பொதுக்கல்வியில் கணிசமான முதலீடு, அனைத்து பொது மற்றும் தனியார் நிறுவனங்களின் நல்லாட்சிக்கான வழிமுறைகள் ஆகியவற்றை முழுமையாகப் பகிரங்கமாக வெளிப்படுத்துவதைக் கட்டாயப்படுத்தும். அதேபோன்று ஏழைகள் அல்லது தகுதியான பிரிவினர் பாதிக்கப்படாமல் செலவு மீட்புக்கான வாய்ப்புகள் ஆராயப்படும்' என்று வணிகமயமாக்கல் குறித்து இந்த கல்விக் கொள்கை கூறுகிறது. இவை அதிக அளவிலோ அல்லது குறைவாகவோ நிறுவனங்கள் மீதான ஒழுங்குமுறை அமைப்புகளால் கட்டாயப்படுத்தப்பட்டுள்ளன என்ற போதிலும் கல்வி என்பது இந்தியாவில் அதிவேகமாக வளர்ந்து வருகின்ற லாபகரமான வணிகமாகவே மாறியுள்ளது.இது அனைவருக்கும் தெரிந்ததொரு வெளிப்படையான ரகசியமே ஆகும். ஒழுங்குமுறைகள், ஆய்வுகளுக்குப் பதிலாக பொது ஆய்வு என்று முன்வைக்கப்படுகின்ற யோசனை சட்டத்தை மீறுபவர்கள், மோசடி செய்பவர்களுக்கு சுத்தமானவர்கள் என்ற சான்றிதழைத் தருவதைத் தவிர வேறொன்றாக இருப்பதற்கு வாய்ப்பில்லை. குறிப்பாகச் சொல்வதென்றால் தனியார் நிறுவனங்கள் குடும்ப வணிகத்தைப் போலவே நடத்தப்பட்டு வருகின்றன. கல்வியாளர்கள், மனிதவளம், நிதி, போக்குவரத்து போன்ற பல்வேறு இலாக்காக்களை குடும்ப உறுப்பினர்களே தங்கள் கட்டுப்பாட்டின் கீழ் எடுத்துக் கொள்கிறார்கள். அவர்கள் ஒருபோதும் கல்வியை மேம்படுத்துவதற்கு ஆசிரியர்களை அனுமதிப்பதே இல்லை.

இதன் விளைவாக தனியார் பள்ளி / கல்லூரி / பல்கலைக்கழகங்கள் பெரும்பாலும் அனைத்து வக்கிரமான கல்வி நடைமுறைகளுக்கும், நெறிமுறைகளற்ற அனைத்து மேலாண்மை நடைமுறைகளுக்குமான இடமாக மாறியுள்ளன. தங்களுடைய தனிப்பட்ட வளர்ச்சிக்காக வருவாயின் பெரும் பகுதியை அவர்கள் பறித்து வைத்துக் கொள்கிறார்கள். ஆயினும் இதுபோன்ற அச்சுறுத்தல்களைக் கட்டுப்படுத்துவதற்கென்று ஆக்கபூர்வமான எதுவும் இந்த கொள்கையாவணத்திற்குள் இருந்திடவில்லை. அதற்குப் பதிலாக இந்த கல்விக் கொள்கை அவர்களுக்கு இன்னும் கூடுதலான

தன்னாட்சியை வழங்குகிறது. கல்வி நடைமுறைகளை மேம்படுத்துவதில் கல்வி தன்னாட்சி என்பது மிகவும் முக்கியமானது. ஆனாலும் இப்போது நடைமுறையில் இருப்பதையும் தாண்டி நிதி தன்னாட்சி அவர்களுக்கு வழங்கப்படுமேயானால், இப்போதிருப்பதைக் காட்டிலும் இந்த துறையை அது மேலும் வணிகமயமாக்கவே செய்யும். இந்த கொள்கையில் அனைவருக்கும் கல்வியை மலிவுபடுத்தித் தருவதற்கான எந்தவொரு தீர்வும் இருக்கவில்லை. அதற்குப் பதிலாக கல்வி நிறுவனங்களில் கட்டண நிர்ணயம், கட்டணக் கட்டுப்பாடு குறித்து அது மௌனமே காத்து நிற்கிறது. ஏற்கெனவே சாதாரண மனிதர் ஒருவர் கல்விக் கட்டணம் செலுத்த இயலாத வகையில் ஐஐஎம் போன்ற உயரடுக்கு பொது நிறுவனங்கள் நிறுவனமயமாக்கப்பட்டுள்ளன. மேலும் அந்த வழியில் பல பொது நிறுவனங்களை நிறுவனமயமாக்க வேண்டும் என்று கல்விக் கொள்கை கட்டளையிடுவதன் மூலம் அரசாங்கத்திடம் உள்ள கல்விப் பொறுப்பை எதிர்காலத்தில் முற்றிலுமாகக் கைவிடும் நிலையை நோக்கி கொஞ்சம் கொஞ்சமாக அது தன்னை விடுவித்துக் கொள்கிறது.

பல ஆயிரம் பில்லியனர்களைப் பெற்றெடுத்துள்ள இந்திய தனியார் உயர்கல்வியை (பொதுக் கல்வி முறையைக் காட்டிலும் முக்கியமான) கல்வி முதலாளித்துவத்தின் அடையாளமாகவே வகைப்படுத்திக் கொள்ளலாம். ஒரு சிலரைத் தவிர்த்து, தங்களுடைய கல்வி முயற்சிகளின் தொடக்கத்தில் பெயரளவிலான சிறிய முதலீட்டாளர்களாக இருந்தவர்கள் ஒரு காலகட்டத்தில் தங்கள் கல்வித் தொழில்களின் வருமானத்திலிருந்து பில்லியனர்களாக வளர்ந்துள்ளனர். தற்போதைய கல்வி சாம்ராஜ்யங்களில் பெரும்பாலானவை மிகக் குறைந்த முதலீட்டிலேயே தங்கள் கல்வி முயற்சிகளைத் தொடங்கின என்பதே உண்மையாகும். ஆனால் நிறுவனங்கள் வளர்ச்சி அடைந்தவுடன் அவர்கள் அனைவரும் கல்வியில் இருந்து பெற்ற லாபத்தை பிற வணிகங்களாக பல்வகைப்படுத்துவதன் மூலமாக வணிக அதிபர்களாக மாறியுள்ளனர்.

நாட்டின் சட்டத்தின்படி கல்வி என்பது முற்றிலும் அறச்சிந்தனை கொண்டதாக இருக்கின்ற போதிலும் இதுபோன்றே பெரும்பாலும் நிகழ்ந்துள்ளது. இந்த கல்விக் கொள்கையில் இதுபோன்ற வணிகமயமாக்கலைத் தவிர்ப்பதற்கான எதுவும் இல்லை. கொள்கையில் இருக்கின்ற இந்த குறைபாட்டைக் கருத்தில்

கொண்டு பார்க்கும் போது, இந்த கல்விக் கொள்கை கல்வியில் வணிகமயமாக்கலை முடிவுக்குக் கொண்டுவந்து விடும் என்று எவ்வாறு நம்ப முடியும்? இந்தியா WTO-GATSஇல் கையொப்பமிட்ட நாடு என்பதால் தனியார் நிறுவனங்களில் கல்வி கட்டணத்தை அரசாங்கம் கட்டுப்படுத்தவோ அல்லது தலையிடவோ கூடாது என்ற அந்த சர்வதேச நிறுவனத்தின் நிபந்தனைகளுக்கு இணங்கிப் போகவே இந்த கல்விக் கொள்கை விரும்புகிறது.

கட்டுக்கதை 8

தனியார் முதலீடுகள் மற்றும் கல்வியில் தனியார்மயமாக்கம் இல்லாமல் மொத்த மாணவர் சேர்க்கை இலக்குகள், கல்வி சிறப்பு மற்றும் இலக்குகளை அடைய முடியாது.

ஓஇசிடி (OECD - பொருளாதார ஒத்துழைப்பு மற்றும் மேம்பாட்டு அமைப்பு) நாடுகளில் சராசரியாக பள்ளி ஆண்டுக்கான மொத்த பள்ளி நிதியில் 85% அரசாங்க மூலங்களிலிருந்தும், 10% பெற்றோரிடமிருந்தும் (மாணவர் கட்டணம் அல்லது பெற்றோர் செலுத்தும் பள்ளிக் கட்டணங்களாக) 2% பயனாளிகளிடமிருந்து மற்றும் பிற ஆதாரங்களில் இருந்து 2% என்றும் பெறப்படுகின்றன. அவற்றில் ஸ்வீடன், பின்லாந்து, நார்வே, ஐஸ்லாந்து, எஸ்டோனியா மேலும் அஜர்பைஜான் மற்றும் லித்துவேனியா போன்ற கூட்டாளர் நாடுகளில் 98%க்கும் அதிகமான நிதி அரசாங்க மூலங்களிலிருந்தே கிடைக்கின்றன. பெரும்பாலான ஓஇசிடி நாடுகளில் பொது உயர்கல்வியே மொத்த உயர்கல்வி வழங்குநர்களில் 85% என்ற அளவில் இருக்கிறது.அண்டை நாடான சீனாவில் இது குறைந்தபட்சம் 80% ஆக உள்ளது. தொட்டிலிலிருந்து கல்லறை வரையிலும், பள்ளி முன்பருவம் முதல் முனைவர் பட்டங்கள் வரை கியூபா பொதுக் கல்வியை வழங்கி வருகிறது. கியூபாவின் கல்வி முறையும், செயல்திறனும் மிகச் சிறந்தவையாகக் கருதப்படுகின்றன.

வளர்ந்த நாடுகள் மற்றும் மேற்குலகில் உயர்கல்வியில் தனியார் சேர்க்கை என்பது இந்தியாவுடன் (60%க்கும் அதிகமாக) ஒப்பிடும்போது மிகக் குறைவாகவே உள்ளது.எடுத்துக்காட்டாக அமெரிக்காவில் அது 27.5%, கனடாவில் 11.7%, பிரான்ஸில் 19.7%, ஜெர்மனியில் 12.5%, ரஷ்யாவில் 14.7% என்றிருக்கிறது.இந்தியா போன்ற வளரும் நாடுகளுடன் ஒப்பிடும் போது வளர்ந்த நாடுகள் கல்வி தனியார்மயமாக்கப்படுவதைக் கட்டுப்படுத்தியுள்ளன என்றே இந்தப் புள்ளிவிவரங்கள் காட்டுகின்றன.வளரும் நாடுகளில் தனியார் பிரபுக்களின் தயவில் வாங்க வேண்டிய பொருளாகவே

கல்வி மாறியுள்ளது. தாராளச்சந்தையுள்ள நாடுகள் தங்கள் கல்வியை தனியார் முதலீட்டிலிருந்து எச்சரிக்கையுடன் பாதுகாத்துக் கொண்டு, மிகவும் விலையுயர்ந்த விவகாரமாக இருக்கும் கல்விக்கு பகிரங்கமாக நிதியளித்து வர முடிகிறது என்றால் நமது கல்வி இலக்குகளை அடைவதற்கு தனியார் முதலீடே முதுகெலும்பாக இருக்கும் என்று இந்தியாவில் மட்டும் ஏன் ஓரே கூச்சலாக உள்ளது? சுரண்டலைத் தவிர அது வேறு எதுவுமில்லை.

மொத்த உள்நாட்டு உற்பத்தியில் ஆறு சதவீதம் மற்றும் கூடுதல் செஸ் மூலம் கிடைக்கும் நிதியைக் கொண்டு ஒட்டுமொத்த பள்ளிக் கல்வியை இலவசமாகவும், உயர்கல்வியை ஏழைகள் உட்பட அனைவருக்கும் மலிவாகவும் கொடுக்க முடியும். இந்த வழியில் நடைமுறைப்படுத்தினால் கல்வித் துறையில் தனியார் இறங்குவதற்கான தேவையே இருக்கப் போவதில்லை. ஆனாலும் இந்த துறையின் வளர்ச்சிக்கு, கல்வி சேவை, பொருட்கள் வழங்கல், ஆய்வுகளுக்கு தங்களுடைய பெருந்தன்மையான ஆதரவைத் தாராளமாக வழங்குமாறு தனியாரை வலியுறுத்திட வேண்டும். வளரும் நாடுகளில் தேவைகளை-உறிஞ்சும் நிறுவனங்களாக உள்ள தனியார் கல்வி நிறுவனங்கள் சந்தை மற்றும் தொழில்துறையின் தேவைக்கு மட்டுமே எதிர்வினையாற்றக் கூடியவையாக இருப்பதால் தேவை குறையும் போது அவைமூடப்படும் அளவிற்கு அதிகம் பாதிக்கப்படுகின்றன. அமெரிக்கா, இங்கிலாந்து, ஜெர்மனி, சுவிட்சர்லாந்து உள்ளிட்ட ஓஇசிடி நாடுகளிலும், சீனா, இந்தியா, ஆஸ்திரேலியா போன்ற உலகின் பிற பகுதிகளிலும், பொதுக் கல்வியே சமூகத்திற்கு மகத்தான பங்களிப்பை வழங்கியுள்ளது. இந்திய உயர்கல்வித் துறையில், மற்றவர்களை விட யார் சிறப்பாகச் செய்திருக்கிறார்கள் என்பது தெளிவாகி இருக்கிறது; கற்றல் முடிவுகள், ஆய்வு முடிவுகள் மற்றும் பிற சேவை விளைவுகளை அடைவது உள்ளிட்ட அனைத்து பொருந்தக்கூடிய அளவுருக்களாலும் தனியார் நிறுவனங்களை விட பொது உயர்கல்வி நிறுவனங்களே மிகச் சிறந்தவையாக இருந்து வருகின்றன.

மேரிலாந்து பல்கலைக்கழகம், தேசிய பயன்பாட்டு பொருளாதார ஆராய்ச்சி கவுன்சில் ஆகியவற்றின் ஆய்வாளர்கள் இணைந்து நிகழ்த்திய இந்திய மனித மேம்பாட்டு ஆய்வில் அரசு பள்ளி மாணவர்களைக் காட்டிலும் தனியார் பள்ளி மாணவர்களின் செயல்திறன் தொடர்ந்து அதிகமாக இருக்கவில்லை என்றும், சில மாநிலங்களில் தனியார் பள்ளி மாணவர்களை விட அரசு பள்ளி மாணவர்களே சிறப்பாகச் செயல்படுகிறார்கள் என்றும்

குறிப்பிடப்பட்டுள்ளது. இதுபோன்ற போக்கால் குறிப்பாக பெரிய அளவில் தனியார் பள்ளி சேர்க்கை உள்ள தமிழ்நாடு போன்ற மாநிலங்களில் தனியார் பள்ளிகளில் உள்ள மாணவர்கள் தங்களுடைய அரசு பள்ளி சகாக்களுடன் ஒப்பிடும் போது திறன்களை இழப்பதை அந்த ஆய்வு காட்டுகிறது. எனவே பொதுக் கல்வியை விட தனியார் கல்வியே சிறந்தது என்ற கட்டுக்கதை போலியான, தவறான பிரச்சாரமாக மட்டுமே உள்ளது. மேலும் பொதுக் கல்வியே நல்லது, மலிவானது, சமத்துவமானது, அனைவரையும் உள்ளடக்கியது என்பதை இந்தியாவும் மற்ற முற்போக்கான உலகங்களும் நிரூபித்துக் காட்டியுள்ளன. எனவே தனியாரை நம்புவதற்குப் பதிலாக பொதுக் கல்வியை அரசாங்கம் தொடர்ந்து ஊக்குவிக்க வேண்டும். குறிப்பிட்ட காலப்பகுதிக்குள் இங்கு இருக்கின்ற அனைத்து தனியார் கல்வி நிறுவனங்களையும் பொதுவில் தேசிய மயமாக்கிட வேண்டும்.

கட்டுக்கதை 9

தேசிய கல்விக் கொள்கை - 2020இல் முன்மொழியப்பட்டுள்ள பல்வேறு திட்டங்களை நடைமுறைப்படுத்துவது நடைமுறையில் சாத்தியமானதுதான்.

கல்விக் கொள்கையின் சரி, தவறுகளைத் தனியே ஒதுக்கி வைத்துவிட்டு அதில் குறிப்பிடப்பட்டுள்ள பல விதிமுறைகள், நிபந்தனைகள், அமைப்புகள், சேவைகள், செயல்முறைகள், கண்காணிப்பு, அங்கீகாரம் மற்றும், தரவரிசை போன்ற நூற்றுக்கணக்கான முன்னெடுப்புகளை, திட்டங்களை, முன்மொழிவுகளை, அடிப்படை கட்டமைப்பு மாற்றங்களை நடைமுறைப்படுத்துவது என்பது நடைமுறையில் சாத்தியமில்லை என்பதைச் சந்தேகத்திற்கு இடமின்றி ஒருவரால் கூற முடியும்.

மையப்படுத்தப்பட்ட படிநிலை செயல்பாட்டு வரிசைகளால் பள்ளிக்கல்வி, உயர்கல்வி இரண்டிலும் ஏற்படுத்தப்படும் நூற்றுக்கணக்கான கடுமையான இடையீடுகள், ஏராளமான கட்டுப்பாடுகள், விதிமுறைகள் மற்றும் நிபந்தனைகளுடன் கொண்டு வரப்பட்டுள்ள கட்டமைப்பு மாற்றங்கள், அவை உருவாக்கவிருக்கும் புதிய வகைப்பாட்டிலான கல்வி நிலைகளுக்கு இணையாக இந்த கல்விக் கொள்கையைத் தவிர உலகில் வேறெதையும் ஒருவரால் காண முடியாது. இந்த கல்விக் கொள்கையில் முன்மொழியப்பட்டுள்ள புதிய மாற்றங்களுக்கு இடையிலும், அதற்குள்ளும் உருவாகும் சிக்கலான வழிமுறைகளுக்கு இணையானவற்றை ஹிட்லரின் நாஜிக் கல்வி, முசோலினியின் பாசிசக் கல்வி முறையிலும் கூட ஒருவரால் காண முடியாது.

ஒழுங்குமுறை மற்றும் தரநிலைகளை ஏற்படுத்தித் தருகின்ற பத்துக்கும் மேற்பட்ட மையப்படுத்தப்பட்ட உச்ச அமைப்புகள் மற்றும் மாநில அளவில் அதுபோன்ற படிநிலைப்படுத்தப்பட்ட முகமைகள் துவங்கி கல்வி வழங்கப்படும் இடம் (கல்வி நிறுவனங்கள்) வரையிலும் பல வகைகளில் உருவாக்கப்படும் அமைப்புகள் குழப்பம் மட்டுமே உருவாக வழிவகுக்கும். மேலும் இதுபோன்ற முழுமையான மேலிருந்து கீழான ஒழுங்குமுறை, கட்டுப்பாடுகள் மற்றும் அமலாக்கங்களுக்கு கணிசமான அளவில் நிதி தேவைப்படும். அதுகுறித்து இந்த கல்விக் கொள்கை சிந்தித்ததாகவே தெரியவில்லை.இந்த அமலாக்க அமைப்புகள் அனைத்தும் கல்வியை மத்திய அரசின் முழுக்காவலுக்குள் மையப்படுத்தித் தருவதைத் தவிர வேறொன்றும் செய்யவில்லை. இத்தகைய அமைப்புமுறை மத்தியில் உள்ளவர்களின் திட்டங்களுக்கு ஏற்ற வகையில் அவர்களின் விருப்பத்திற்கேற்றவாறு நடனமாடுமாறு கல்வியைக் கட்டாயப்படுத்தவே செய்யும். அது சமூகத்திற்குச் சேவை செய்யும் அதிகாரத்தை ஒருபோதும் வழங்கிடாது. இவையனைத்திற்கும் மேலாக இந்தக் கல்விக் கொள்கை நடைமுறைப்படுத்தப்பட்டால், அது மிகப் பெரிய சோகமாக, வரலாற்று ரீதியாக மிகப் பெரிய தவறாக - பழுதுபார்த்து மீட்க முடியாத அளவிற்கு மிகவும் கடினமான பிரச்சனையாக - நம் கற்பனைக்கு அப்பாற்பட்டதாகவே இருக்கும்.

மேலேயுள்ள எனது விளக்கங்கள் மேற்கூறிய கட்டுக்கதைகள் அனைத்தும் நிரூபிக்கப்பட்ட கட்டுக்கதைகளாக இருப்பதைத் தவிர வேறொன்றுமில்லை என்பதையும், தங்களைப் பற்றிய விவாதங்களுக்கு கூட அவை தகுதியற்றவை என்பதையும் சந்தேகத்திற்கு இடமின்றி நிரூபிக்கின்றன. இந்த கட்டுக்கதைகளில் உள்ளஆர்வங்கள்,மாயைகளைத் தவிர வரலாற்று ரீதியாக இந்தியாவில் நடைமுறையில் உள்ள சமூக, பொருளாதார மற்றும் சுற்றுச்சூழல் நிலைமைகளில் கல்வி பதிலளிக்க வேண்டிய அடிப்படை கேள்விகளுக்கும் பிரச்சனைகளுக்கும் பதிலளிக்க இந்தகல்விக் கொள்கை தவறிவிட்டது. ஒரு கொள்கையாகப் புகழப்படுவதற்குத் தேவையான பொருட்கள் எதுவும் இல்லாமலிருப்பது, இந்த தேசமும் சமூகமும் தீவிரமாக எதிர்கொள்ளும் மிக முக்கியமான பிரச்சனைகளில் மௌனமாக இருப்பது போன்றவை இந்த கொள்கை சந்தேகத்திற்கு இடமின்றி முழுமையான நிராகரிப்புக்குத் தகுதியானது என்பதையே காட்டுகின்றன.

கல்விக்கான இலக்குகளை அடைவதற்கான செல்வாக்கைச் செலுத்தும்/தடுக்கும் சமூகம், தேசத்தின் அனைத்து அம்சங்களுடனும் கல்வியைத் தொடர்புபடுத்துவதைத் தவிர இந்தியாவில் கல்விக்கான சிக்கல்கள் வேறாக இருக்கவில்லை. இந்த அம்சங்கள் நடைமுறையில் உள்ள தரப்படுத்தப்பட்ட சமூக அமைப்பு, நடைமுறையில் உள்ள சமூக ஒத்திசைவு நிலை, சமூகத் தீமைகள், தனித்துவமான சமூகக் குழுக்களுக்கிடையில் உள்ள தகவல் தொடர்பு மற்றும் பரிமாற்றம், கலாச்சாரம், சமூக விழுமிய அமைப்பு, மதம் சார்ந்த விழுமியங்கள், அரசியலமைப்பு சார்ந்த விழுமியங்கள், மொழி மற்றும் மொழியியல் சார்ந்த விழுமியங்கள், வாழ்வாதாரங்கள், வறுமை, வேலையின்மை, உற்பத்தி, உற்பத்தி வழிமுறைகள், உற்பத்தி கட்டுப்பாடு, எதிர்காலப் பணியிடம், மனித வளர்ச்சி, மனித உணர்வு மற்றும் கூட்டு பகுத்தறிவின் நிலை, சுய பகுத்தறிவு, இளைஞர் வளர்ச்சி, இளைஞர் குற்றமயமாக்கல், தொழில், வணிகம், வர்த்தகம், உலகமயமாக்கல், உலகளாவிய அறிவு அமைப்பு, எதிர்காலத் தொழில்நுட்பங்கள், நவீன குவாண்டம் மெக்கானிக்ஸ் உள்ளிட்ட வளர்ந்து வரும் இயற்பியல், சுதேசிய அறிவு அமைப்பு, அறிவியல் பாரம்பரியம், உள்ளூர் கலைகள், பிராந்திய பன்முகத்தன்மை, சமூகப் பன்முகத்தன்மை, இந்திய அரசியல், அரசியல் பங்கேற்பு, குடிமை பங்கேற்பு, சுகாதாரம் என்று மேலும் பலவற்றை உள்ளடக்கியதாக இருக்கின்றன. இந்த அனைத்து அம்சங்களையும் தன்னுடைய கவனத்தில் கொண்டிருக்கும் எந்தவொரு கல்விக் கொள்கையும் உலகளாவிய தன்மை, சமூகம், பன்மை, பன்முகத்தன்மை, அரசியலமைப்புக்குட்பட்டது, அனைவருக்கும் செழிப்பை ஏற்படுத்துவது என்பவற்றை ஆழமாகக் கருத்தில் கொண்டிருந்திருக்கும். அதன் விளைவாக உருவாகும் கல்விக் கொள்கை நிச்சயமாக அனைவருக்குமானதாகவே இருக்கும். வலதுசாரி தேசிய அரசால் முன்வைக்கப்படுகின்ற தேசியவாத வலதுசாரி திட்டம் என்பதைத் தவிர, பழங்கால அடக்குமுறை இந்தியப் பாரம்பரியம், இந்தியப் பெருமை மற்றும் இந்திய அறிவு ஆகியவற்றை மனதில் ஆழமாகப் பதிய வைக்கும் வகையில் ஹிந்துத்துவ தேசியவாதத்தை ஊக்குவிப்பதை மட்டுமே நோக்கமாகக் கொண்டு நாட்டிற்கான மேற்கூறப்பட்ட அம்சங்களிலிருந்து தனித்து இருக்கின்ற செயல்பாட்டு உத்தரவுகளின் தொகுப்பாகவே இந்த கொள்கை அமைக்கப்பட்டிருக்கிறது.

சமூகமும் கல்வியும் பிரிக்கவே முடியாதவை, கல்வி என்பது சமூகத்திற்கானது, சமூகத்தால் ஆனது.இந்தியாவில் நாம் கொண்டிருக்கும் சமூகத்துடன் கல்வியை இணைப்பதில் இந்த

கல்விக் கொள்கையானது முற்றிலும் தோல்வியே கண்டுள்ளது. வேறு வார்த்தைகளில் கூறுவதானால், இந்த கல்விக் கொள்கை தனது உறுதியான ஆற்றலைக் கொண்டு கல்விக்கென்றிருக்கும் உள்ளார்ந்த கொள்கைகள், தர்க்கங்களிலிருந்து அதிகாரம் மிக்க தேசிய-அரசு முன்வைக்கும் வலதுசாரி தேசியவாதம், புதிய தாராளவாத சந்தை சக்திகள், சமூக ரீதியான அதிகாரம் பெற்றுள்ள சமூகப் பிரிவு என்ற மூன்று முக்கிய அதிகாரங்களின் தேவைகளுக்கு இணங்கும் வகையில் கல்வியைத் திசை திருப்புவதற்கான முயற்சிகளையே மேற்கொண்டிருக்கிறது. அதன்படி இந்த கல்விக் கொள்கை இந்திய சமுதாயத்திற்கும் அதன் நிலைமைகளுக்கும் எந்தவிதமான பொருத்தமும் இல்லாத வகையில் கல்வியின் அனைத்து அம்சங்களிலும் மிகப் பெரிய அளவிலான பரிந்துரைகளை முன்வைத்துள்ளது.

கல்வி, பொருளாதாரம், சுகாதாரம், தொழில், அறிவு உற்பத்தித்திறன் உள்ளிட்ட மனித வளர்ச்சியின் ஒவ்வொரு அம்சத்திலும் ஒப்பீட்டளவில் இந்தியாவிற்கே முன்மாதிரியாக தமிழ்நாடு இருந்து வருகிறது. இந்திய மாநிலங்களில் வேறு எந்த மாநிலத்திற்கும் பின்தங்கிய மாநிலமாக தமிழ்நாடு இருக்கவில்லை. மோசமாகக் கட்டமைக்கப்பட்டுள்ள இந்த கல்விக் கொள்கை நடைமுறைப்படுத்தப்பட்டால், இதற்கு முன்னெப்போதுமில்லாத பின்னடைவுகளையும், வளர்ச்சியின் பாதையில் பின்தங்கிய நிலைமையையுமே அது உருவாக்கிடும். கல்வி செயல்திறனிற்கான அனைத்து அளவுருக்களிலும் தமிழ்நாடு கிட்டத்தட்ட அனைத்து மாநிலங்களையும் விட மிகவும் சிறப்பாகவே செயல்பட்டுள்ளது. இந்த நிலைமையை அடைந்ததற்கு நாம் மாநிலத்தை வழிநடத்திய தொலைநோக்குப் பார்வை கொண்டிருந்த தலைவர்களுக்கே நன்றி சொல்ல வேண்டும். நிச்சயமாக மாநிலத்தின் கல்வித் தரங்களை மேம்படுத்துவதற்கு இன்னும் கூடுதலான தேவைகள் இருக்கின்றன. தேசிய அரசின் எந்தவொரு வழிநடத்தலும் இல்லாமலேயே மாநிலத்தில் கிடைக்கக்கூடிய ஞானம், உள்கட்டமைப்பு, வளங்களைக் கொண்டே அதை எளிதாக நம்மால் நிறைவேற்றிக் கொள்ள முடியும். தேர்தல் பிரச்சாரத்தின் போது நீங்கள் முன்வைத்த தொலைநோக்குத் திட்டத்தில் மிகச்சரியாக வாக்குறுதியளித்தவாறு தன்னுடைய தேவைகள், கட்டுப்பாடுகள் மற்றும் மக்கள்தொகையைக் கருத்தில் கொண்டு தனக்கென்று தனித்து வடிவமைக்கப்பட்ட கல்விக் கொள்கைக்கு உங்கள் திறமையான தலைமையின் கீழ் உள்ள இந்த மாநிலம் முழுக்க முழுக்கத் தகுதியானதாகவே இருக்கிறது.

அரசியலமைப்பு ரீதியாக கல்வி என்பது ஒத்திசைவுப் பட்டியலில் இருக்கலாம். மத்திய அரசிற்கும் அதில் ஒரு பங்கு இருக்கலாம் என்றாலும் தத்துவ ரீதியாக கல்வி என்பது சமூகத்தின் பொருளாகும். சமூகத்தின் தற்போதைய, எதிர்கால விவகாரங்கள், அதன் விரும்பத்தக்க இலக்கு போன்றவற்றால் ஏற்படுகின்ற புதிய அறிவு மற்றும் திறன்களுக்கான தேவையைக் கருத்தில் கொண்டு பார்க்கும் போது தனித்துவமாக அங்கீகரிக்கப்பட்ட சமுதாயத்தை பிரதிநிதித்துவப்படுத்துகின்ற தமிழ்நாட்டிற்கென்று தனித்த கல்விக் கொள்கை அவசியம் தேவைப்படுகிறது. அந்த தனித்த கல்விக் கொள்கை சமூக ஒழுங்கு, சமூக மாற்றம், பொருளாதார ஒழுங்கு, தொழில்நுட்ப சீர்குலைவுகள், சுற்றுச்சூழல் மாற்றங்கள் மற்றும் இருபத்தியோராம் நூற்றாண்டு, அதற்கு அப்பாற்பட்டும் வடிவமைக்கப் போவதாக எதிர்பார்க்கப்படுகின்ற புதிய பொருளாதார நடவடிக்கைகள் ஆகியவற்றின் நிலைமைகளையும் கணக்கில் எடுத்துக்கொள்ள வேண்டும்.

ஆக மாநில அரசு இந்த தேசிய கல்விக் கொள்கை - 2020ஐ முற்றிலுமாக நிராகரித்து, குறிப்பிட்ட காலக்கெடுவிற்குள், தமிழ்நாடு மாநிலத்திற்கான கல்விக் கொள்கையை வகுப்பதற்குத் தேவையான அனைத்து நடவடிக்கைகளையும் உடனடியாக மேற்கொண்டு, மாநிலம் மற்றும் அதன் மக்களின் நலனுக்காக அதைச் செயல்படுத்திட வேண்டும் என்பதே எனது தாழ்மையான வேண்டுகோளாகும்.

நன்றி!

தங்கள் உண்மையுள்ள,

பேராசிரியர் லெ.ஜவகர் நேசன்

மேனாள் துணைவேந்தர்

ஜே.எஸ்.எஸ். அறிவியல் மற்றும்

தொழில்நுட்ப பல்கலைக்கழகம், மைசூர்.

நாள்: 09 ஜூன் 2021

பார்ப்பரேட்டிய காலத்தில் கல்வி

ஆதவன் தீட்சண்யா

2021 ஏப்ரல், 14 அண்ணல் அம்பேத்கர் பிறந்தநாளன்று சென்னையில் பொதுப்பள்ளிக்கான மாநில மேடை நடத்திய "மாநிலக் கல்விக்கொள்கை உருவாக்கம்" கருத்தரங்கில் வாசிக்கப்பட்ட கட்டுரை:

1. 2014 மே மாதம் பா.ஜ.க. ஆட்சிக்கு வந்ததன் பின்னணியில் அதே ஆண்டு நவம்பரில் வேர்ல்டு இந்து பவுண்டேஷன் என்ற அமைப்பு உலக இந்து மாநாட்டை நடத்துகிறது. இம்மாநாட்டின் பகுதியாக நடத்தப்பட்ட "இந்து கல்வி மாநாட்டின்" உரைகள் இந்தியக் கல்விப்புலத்தை இந்துப் பண்பாட்டில் தோய்ந்த கல்விப்புலமாக மாற்றியமைக்க ஒன்றிய அரசை வலியுறுத்துவதாய் இருந்தன.

2. 2015 அக்டோபர் *31* அன்று தேசிய கல்விக்கொள்கைக்கான வரைவை உருவாக்கிட டி.எஸ்.ஆர்.சுப்ரமணியன் குழுவை ஒன்றிய மனிதவள மேம்பாட்டுத்துறை அமைச்சகம் அமைத்தது. *2016* ஏப்ரல் *30* ஆம் நாள் இக்குழுவினால் அரசிடம் தரப்பட்ட அறிக்கையின் முதல் பக்கத்திலிருந்தே இந்துத்துவக் குப்பைகளைக் காணமுடிந்தது. இந்தியாவின் பண்டைய கல்வி முறை வேத அமைப்பிலிருந்து உதித்தெழுந்தது என்று ஆரம்பித்து பல மாநிலங்களுக்கும் மொழிகளுக்கும் உலகைக் காணும் சன்னலாக சமஸ்கிருத அறிவு இருக்கிறது என்று புளுகுவது வரை போனது. பண்பாட்டின் ஒரு கூறாகத்தான் மதம் உள்ளது என்பதை திரித்து மதம்தான் பண்பாடாக இருப்பது போல காட்டுவதற்கான முயற்சியும் அதில் இருந்தது.

*3. 2015*ஆம் ஆண்டு முதல் இந்திய ஒன்றிய அரசின் கல்வி அமைச்சகம் ஏக் பாரத் சிரேஷ்ட பாரத் என்றொரு திட்டத்தை செயல்படுத்திக் கொண்டிருக்கிறது. பிரதமரின் சிந்தனைக்குழந்தைகளாக ஏற்கெனவே பிறந்த ஏகப்பட்ட இந்தியாக்களின் கதி என்னவென்று யாரும் அறியவியலாத நிலையில், சர்தார் வல்லபாய் படேலின் *140*வது பிறந்தநாள் நிறைவுக் கொண்டாட்டங்களை முன்னிட்டு அவரால் பெற்றெடுக்கப்பட்ட மற்றுமொரு இந்தியா தான் இந்த ஏக் பாரத்

சிரேஷ்ட பாரத். இந்தியல்லாத பிறமொழியினருக்கு இந்தத் திட்டத்தின் பெயருக்கு அர்த்தம் என்னவென்று விளக்குவதற்குக்கூட எந்த முயற்சியும் மேற்கொள்ளத்தேவையில்லை என்று கருதியிருப்பார்கள் போல. இவ்வளவு எகத்தாளமா என்கிற எரிச்சலுடன் கூகுளில் தேடிப் படித்தால்தான் ஒரே இந்தியா சிறந்த இந்தியா என்று அதன் பொருள் விளங்குகிறது. எதிலே சிறந்த இந்தியா என்று கேட்பதற்கும் முன்பாக ஒரே இந்தியா என்பதன் பொருள் என்னவென்று பார்க்க வேண்டியுள்ளது.

நாட்டின் வெவ்வேறு இரு மாநிலங்களை இணையாகச் சேர்த்து அவற்றுக்குள் பரஸ்பர புரிதலையும் இணக்கத்தையும் உருவாக்குவதற்காக அவ்விரு மாநிலங்களின் மாணவர்கள் ஒருவருக்கொருவர் தமது மொழி இலக்கியம் வரலாறு கலை இலக்கியம் பண்பாடு குறித்து மற்றவருடன் பரிமாறிக்கொள்வதே இத்திட்டத்தின் நோக்கமெனக் கூறப்படுகிறது. இதனடிப்படையில் தமிழகமும் ஜம்மு காஷ்மீரும் ஓரிணையாக்கப்பட்டுள்ளன. மாறுபட்ட பண்பாடுகளைக் கொண்டிருந்தாலும் நாம் ஒரே நாட்டைச் சேர்ந்தவர்கள் என்கிற உணர்வை இது உருவாக்கும் என்று இத்திட்டம் கூறிக்கொள்கிறது. ஜம்மு காஷ்மீர் ஒரே மாநிலமாக நீடிப்பதைப் பொறுத்துக்கொள்ளாமல் சிதறடிக்கும் ஒன்றிய அரசு குமரி முதல் இமயம் வரை ஒரே நாடு என்ற உணர்வை ஊட்டப்போவதாக சொல்வது கேலிக்குரியது. தொடர்ச்சியான நிலப்பரப்பின் எதிரெதிர் முனைகளில் வாழ்கிற இவ்விரு மாநிலங்களின் மாணவர்களும் இந்தியர்கள் என்ற முறையில் பகிர்ந்துகொள்ளப் போகும் பொதுமைகள் எவையென்று இத்திட்டம் தெளிவுபடுத்தவில்லை. அதேவேளையில் அவர்களை தமது இனத்தின் தனித்த அடையாளங்களை இழக்கச்செய்வதற்கும் இந்துத்துவாவினர் கட்டமைக்க விரும்பும் ஒற்றை தேசம் ஒற்றைப் பண்பாடு என்கிற அடையாளத்தை ஏற்கச்செய்வதற்குமான பல உட்சூழிகளைக் கொண்டுள்ளது இத்திட்டம்.

4. 2016ஆம் ஆண்டு இறுதியில் ஒன்றிய அரசின் கலை பண்பாட்டுத்துறை அமைச்சர் “12000 வருட இந்தியப் பண்பாட்டின் தோற்றம் மற்றும் பரிணாமத்தை முழுமையாக ஆய்வு செய்வதற்கான வல்லுநர் குழு” ஒன்றை அமைக்கிறார். 40 கோடி ரூபாய் அரசு நிதியுதவியுடன் 12 பேர் கொண்டதாக அமைக்கப்பட்ட இக்குழு தன் ஆயுட்காலம் 2017 நவம்பர் 11 அன்று முடிவடைவதற்குள்ளாக சில தடவைகள் கூடியிருப்பதாக தெரியவருகிறது. என்ன பேசப்பட்டது என்கிற விவரம் பொதுவெளியில் பகிரப்படவில்லை.

2018 மார்ச் 6 ஆம் நாள் ராய்டர்ஸ் இணையதளத்தில் வெளியான ஒரு கட்டுரை வழியாகத்தான் இப்படியொரு குழு அமைக்கப்பட்டிருக்கும் செய்தியே வெளியே தெரியவந்தது. ஆனாலும் பரவலாகவில்லை. ராய்டர்ஸிடம் இந்தக் குழுவின் உறுப்பினர்களில் ஐவர் தெரிவித்த கருத்துகளின்படி, ஆரியர்கள் எங்கிருந்தும் இந்தியாவிற்குள் வந்தவர்களல்ல- அவர்கள் இம்மண்ணின் பூர்வகுடிகள், சமஸ்கிருதம் இந்தியாவிலேயே உருவான மொழி, வேதங்களின் பிறப்பிடம் இந்தியாவே, வேதங்கள், இதிகாசங்கள், புராணங்கள் போன்றவற்றில் உள்ள கருத்துகள் கற்பிதமானவையல்ல - உண்மையே என்று இந்துத்துவவாதிகள் சொல்லிக் கொண்டிருக்கும் பொய்களை ஆய்வுமொழியில் எழுதித்தருவதுதான் இந்த வல்லுநர் குழுவுக்கு கொடுக்கப்பட்டுள்ள ஆய்வு வரம்பு என்பதை அறியமுடிகிறது. இந்தக்குழு கொடுக்கும் அறிக்கையை இந்திய அரசு அப்படியே ஏற்றுக்கொள்ளப் போகிறதென அறிவித்த அப்போதைய அமைச்சர், அந்த அறிக்கையின் அடிப்படையில் பாடநூல்களை மாற்றியெழுதிட கல்வி அமைச்சகத்திடம் தான் வலியுறுத்தப்போவதாகவும் அறிவித்தார். அப்போதைய ஒன்றிய மனிதவள மேம்பாட்டுத்துறை அமைச்சரோ பள்ளிகளிலும் கல்லூரிகளிலும் தற்போது கற்பிக்கப்படும் வரலாற்றை கேள்விக்கேட்கும் தைரியமுள்ள முதல் அரசு எங்களுடையதே எனப் பீற்றிக்கொண்டதுடன், பண்பாட்டுத்துறை அமைச்சகத்தால் வெளியிடப்படவிருக்கும் அறிக்கை கல்வித்துறையில் தீவிரமாக அமலாக்கப்படும், பாடநூல்கள் மாற்றியெழுதப்படும் என்று தெரிவித்தார்.

5. 2018 அக்டோபரில் அகில இந்திய தொழில்நுட்பக் கல்விக்கழகம் (ஏஐசிடிஇ), பண்டைய இந்தியாவின் அறிவமைப்பு (Ancient Knowledge System) என்கிற படிப்பையும் அதற்கான பாடநூலாக பாரதிய வித்யாசார் என்கிற நூலையும் புகுத்தியது. போலி அறிவியலை முன்வைக்கும் கல்விக்குள் திணிக்கும் இம்முயற்சிக்கு எதிராக கல்வியாளர்களும் அறிவியலாளர்களும் இணையவழி கையெழுத்தியக்கம் நடத்தியபோது, அவர்களைவிடவும் கூடுதலானவர்கள் தனது முடிவுக்கு ஆதரவாக கையெழுத்திட்டுக் கொடுத்திருப்பதாக கொக்கரித்தது ஏஐசிடிஇ. அதற்கும் முன்னதாகவே கூட அது அறிவியல் தொழில்நுட்பக்கல்வியை பாழடிக்கத்தொடங்கிவிட்டதற்கு 2018 ஜனவரியில் வெளியிட்ட Model Curriculam for Undere Graduate Degree Courses in Engineering and Technology என்கிற ஆவணம் சான்றாக உள்ளது.

6. மேற்சொல்லப்பட்டிருக்கும் பின்னணியில் தேசிய கல்விக்கொள்கையில் குறிப்பிடப்படும் பண்பாடும் பாரம்பரியமும் யாருடையவை என்கிற கேள்வி எழுகிறது. இந்த நாடு பன்மைத்துவமான பண்பாட்டைக் கொண்டிருக்கிறது என்று விதந்தோதிக் கொண்டே அந்த பன்மைத்துவத்தை ஒழித்துக்கட்டுவதற்குண்டான கேடுகளைச் செய்துவருகிற இந்துத்துவர்களின் பா.ஜ.க. அரசு, கல்விப்புலத்தில் மட்டும் பன்மைத்துவப் பண்பாட்டை பேணும்விதமாக நடந்து கொள்ளுமா என்கிற சந்தேகத்திலிருந்து இந்தக் கல்விக்கொள்கையை அணுகவேண்டும். ஆரியர்களின் - அவர்களது வழித்தோன்றல்களாக தம்மைக் கருதிக்கொண்டுள்ள பார்ப்பனர்களின் வேதப்பண்பாட்டையும் மேலாதிக்கத்தையும் அரசதிகாரத்தின் துணையோடு நிறுவத்துடிக்கும் இந்துத்துவவாதிகள் – அதே நோக்கங்களுக்காக இந்திய குடிமக்களை குழந்தைப்பருவம் தொட்டே பதப்படுத்துவதற்காக மேற்கொண்டுள்ள சட்டப்பூர்வ ஏற்பாடே இந்த தேசிய கல்விக்கொள்கை என்கிற முடிவுக்கு வருவதற்கு சில உதாரணங்கள் போதும்.

தேசிய கல்விக்கொள்கையின்படி, ஒரு குழந்தை தனது வீட்டிலிருந்து எவ்வளவு அருகாமையில் பள்ளிக்கூடத்தைப் பெறவிருக்கிறது, அது எவ்வாறு பள்ளிக்கு சென்று திரும்பப்போகிறது என்கிற பிரச்னைகளையெல்லாம் கடந்து, மூன்று வயதில் கற்றல் செயல்பாட்டிற்காக பள்ளிக்குள் தள்ளிவிடப்படும் குழந்தை அன்றாடம் எதை எப்படி கற்றுக்கொண்டு வீடு திரும்பப்போகிறது? பண்பாட்டின் அடிப்படைக்கூறுகளில் ஒன்று உணவு எனில், அந்த மூவேளை உணவில் இருவேளை- காலை மற்றும் மதியத்தில் அரசே வழங்கப்போவதாக சொல்லப்படும் உணவு யாருடைய உணவாக இருக்கப்போகிறது? தமிழர்களின் உணவில் பாரம்பரியமாக கலந்துள்ள வெங்காயம் பூண்டு இரண்டையும் தவிர்த்த உணவை ஏற்கெனவே இஸ்கானின் அட்சயப் பாத்ரா தமிழகக் குழந்தைகளுக்கு வழங்கத் தொடங்கிவிட்டது. நான் வெங்காயம் பூண்டு சாப்பிடும் வழக்கமில்லாத குடும்பத்தைச் சேர்ந்தவள் என்று நிதியமைச்சர் நிர்மலா நாடாளுமன்றத்திலேயே தன் சாதி அகங்காரத்தை வெளிப்படுத்தினாரல்லவா– மக்கள்தொகையில் மிகக் குறும்பான்மையினரான ஆசாரப்பார்ப்பனர்களின் வெங்காயம் பூண்டு கலக்காத இத்தகைய உணவுதான் நாடு முழுவதற்கும் நம் குழந்தைகளுக்கு வழங்கப்படவிருக்கிறது என்பதற்கான

முன்னோட்டமே இது. இந்த அந்நிய உணவுக்கும் சுவைக்கும் பெரும்பான்மையான குழந்தைகள் பழக்கப்படுத்தப்படவிருக்கின் றனர். குழந்தைகள் பள்ளியில் பழகிக்கொண்டுவரும் இந்த உணவும் சுவையும் அவர்களது வாழ்நாள் முழுக்க தொடரக்கூடியதாயும் குடும்பத்தின் மற்றையவர்கள் மீது செல்வாக்கு செலுத்தக்கூடியதாகவும் இருக்கப்போகிறது.

தேசிய கல்விக்கொள்கை செயலாக்கத் திட்டத்தில் இந்திய மொழிகளை, கலைகளை, பண்பாட்டை ஊக்குவிப்பது குறித்த அத்தியாயத்திற்கான முன்குறிப்பில் வட்டார / தாய்மொழிக்கு முக்கியத்துவம் அளிக்கப்படும் எனச் சொல்லப்பட்டுள்ளது. ஆனால், இப்போதைய நிலையிலேயே பெரும்பாலான தனியார் பள்ளிகள் எல்லா குழந்தைகளையும் காலைநேர பிரார்த்தனைப் பாடல் என்ற பெயரில் பஜனைப் பாடல்களையும் சமஸ்கிருத சுலோகங்களையும் பாடவைத்துக் கொண்டிருக்கிறார்கள். எல்லா நிலையிலும் சமஸ்கிருதத்தையும் அதற்கடுத்த நிலையில் இந்தியையும் உயர்த்திப்பிடிக்கும் தேசிய கல்விக்கொள்கை ஒட்டுமொத்தமாக எல்லாப் பள்ளிகளின் குழந்தைகள் மீதும் காலைநேர கூடுகைப்பாடல் என்பதற்கும் அப்பால் பல்வேறு வழிகளில் இந்த அந்நிய மொழிகளை திணிக்கப்போகிறது.

2011 மக்கள்தொகை கணக்கெடுப்பின்படி 19,569 மொழிகளும் கிளைமொழிகளும் பேசப்படும் இந்த நாட்டில் 10,000 பேருக்கு மேல் பேசக்கூடிய மொழியென அடையாளம் காணப்பட்டவை 121 மட்டுமே. இவற்றிலும் 22 மொழிகள்தான் அரசியல் சட்டத்தின் எட்டாவது அட்டவணையில் சேர்க்கப்பட்டுள்ளன. ஒன்றிய அரசும், அதன் திட்டங்களும் இந்த 22 மொழிகளையும் ஒருபோதும் சமமாய் நடத்தப்போவதில்லை என்பதற்கு அன்றாடம் உதாரணங்கள் வந்தவண்ணம் உள்ளன. மகாதானபுரம் ரயில் நிலையத்தின் பெயர்ப்பலகையில் இருந்த 'க' நீக்கப்பட்டு 'ஹ' சேர்க்கப்பட்டதானது ஒன்றிய ஆட்சியாளர்கள் ஒவ்வொரு எழுத்தையும் குறிவைத்து வேலை செய்கிறார்கள், மாற்றத் துடிக்கிறார்கள் என்பதைக் காட்டுகிறது.

பள்ளிகளின் பெயரை மாற்றுவது, வகுப்பறைக்குள் மாணவர்கள் அமரும் இருக்கைகளுக்கு ஆளுங்கட்சியின் கொடிநிறத்தைப் பூசுவது, சமஸ்கிருதத்தில் மட்டுமே போட்டிகளை நடத்துவது, பாடநூல்களை திரித்து எழுதுவது, உண்மையான அறிவியலையும் வரலாற்றையும் பேசும் பாடங்களை நீக்குவது, ஆசிரியர் மாணவர் உறவை குரு-சிஷ்ய படிநிலையாக மாற்றுவது, ஆசிரியர்களுக்கு

பாதபூஜை செய்யும் நிகழ்வுகளை நடத்துவது, உடற்பயிற்சி-மனப்பயிற்சிக்காக யோஹா என்கிற பெயர்களில் கல்விக்கூடங்களுக்குள்ளேயே சாஹா நடத்த முயற்சிப்பது என்று எந்தவொரு சந்தர்ப்பத்தையும் நழுவவிடாமல் தமது கருத்தியலை கல்விப்புலத்தின் மீது இந்துத்துவவாதிகள் திணித்துவந்ததன் தொடர்ச்சியில்தான் தேசிய கல்விக்கொள்கை வந்துள்ளது.

7. சாதியத்திற்கு முந்தைய வர்ணாசிரம நிலையை தற்காலத்திற்கேற்றாற்போல மீட்டுருவாக்கும் தமது முயற்சியில் கார்ப்பரேட்டுகளையும் கல்வி வியாபாரிகளையும் இந்துத்துவவாதிகள் தம்முடன் இணைத்துக்கொள்வதற்கு தேசிய கல்விக்கொள்கையில் வழி கண்டுள்ளனர். வர்ண நலனும் வர்த்தக நலனும் ஒன்றுக்குள் ஒன்றாக ஊடாடியிருக்கும் – பார்ப்பனீயமும் கார்ப்பரேட்டியமும் கலந்து பார்ப்பரேட்டியமாக மாறியுள்ள இக்காலத்தில் குடிமக்களுக்கு வழங்கப்படும் கல்வி அதற்கிசைந்தாற்போல்தான் இருக்கும். மக்களை மந்தையாகவும் தேசத்தை சந்தையாகவும் கட்டியமைக்க பண்பாடும் அதனங்கமான கல்வியும்தான் உகந்த களம் என்று அவர்கள் உணர்ந்திருப்பதன் வெளிப்பாடாகவே இக்கொள்கையை பல அடுக்கு வடிகட்டலுடன் வகுத்துள்ளார்கள். சந்தையின் மிக மலிவான பண்டமே உழைப்புதான். அந்த உழைப்பை விற்பவர்களாக பெரும்பகுதியினரையும், அந்தந்த காலத்திற்குரிய நவீன அறிவியல் தொழில்நுட்பங்களை கண்டுபிடிப்பவர்களாக, மேம்படுத்துகிறவர்களாக, கையாள்கிறவர்களாக சிறுதொகையினரையும் இக்கொள்கை வடிகட்டல்கள் வழியே உருவாக்கும் அதேநேரத்தில் கல்வி வளாகத்திற்குள் நுழைகிற ஒவ்வொருவரது - ஆசிரியர் உட்பட- கருத்துலகத்தையும் மூடத்தனங்களாலும் பழமைவாதங்களாலும் கற்பிதமான பெருமிதங்களாலும் நிரப்பிவைக்கும் விதமாக இக்கொள்கையும் அதை செயல்படுத்தும் திட்டங்களும் உள்ளன.

குறிப்பிட்ட நிலப்பரப்பில் மொழியால் நடத்தையால் நம்பிக்கைகளால் இணைந்துள்ள மக்களை ஒரு பண்பாட்டுத்தொகுதி என்று கொள்வோமானால், அந்தப் பண்பாட்டுக்குரியவர்கள் தங்களுக்குகந்த கல்வியை வட்டாரம் சார்ந்ததாக தனித்தன்மையுடையதாக உருவாக்கிக் கொள்வதும் அதன்வழியே உலகோடு தொடர்பாடுவதுமே சரி. ஆனால் இந்த தேசிய கல்விக் கொள்கை வட்டாரத்தன்மைகளையும் பல்வேறு இனங்களின் தனித்தன்மைகளையும் கணக்கில் கொள்ளாது ஒற்றைமயமாக்கத்திற்காக மத்தியிலிருந்து உருவாக்கப்பட்டு மாநிலங்கள் மீது திணிக்கப்படுகிறது.

இக்கொள்கையை செயல்படுத்துவதற்கும் அப்பால் சென்று விடாதபடியான நெருக்கடியை மாநில அரசுகளுக்கு ஒன்றிய அரசு உருவாக்கி வருவதை ஏற்க முடியாது.

மாநில அரசுகள் தமது ஆளுகைப்பரப்பிலுள்ள மக்களின் சமூக அரசியல் பொருளியல் பண்பாட்டு நலன்களைப் பாதுகாப்பதற்கான பொறுப்பையும் அதிகாரத்தையும் அரசியல் சாசனத்தின் வழியே பெற்றவை. அவ்வகையில் தம்மக்களின் கல்வி உரிமையை பாதுகாக்கும் வகையில் தமிழ்நாட்டின் அரசு தனியாக கல்விக்கொள்கை ஒன்றை உருவாக்குவதே சரியாகும். அதற்கு கல்வியை மாநிலப்பட்டியலுக்குள் கொண்டுவர வேண்டும் என்ற குரலை மாநில அரசும் மக்களும் சேர்ந்தெழுப்ப வேண்டிய காலமிது.

8. இந்தியச்சமூகம் வரலாற்றுப்போக்கில் உருவாக்கிவந்துள்ள பண்பாட்டு நிறுவனங்களுக்கும் அரசியல் சாசனத்திற்கும் அதன் நோக்கங்களை நிறைவேற்றுவதற்கான நிறுவனங்களுக்கும் ஒன்றிய அரசின் ஆட்சியாளர்களால் இன்று நேர்ந்துவரும் அபாயம்தான் கல்வித்துறையின் மீதும் கவிந்துவருகிறது. இந்த நிறுவனங்கள் ஒவ்வொன்றும் அதனதன் தனித்தன்மையையும் சமூகப் பாத்திரத்தையும் இழந்து ஒன்றிய ஆளுங்கட்சியின் விருப்பார்வங்களை நிறைவேற்றித்தருகிற அடியாள்படையாக மாற்றப்பட்டு வரும் நிலையில் அதிலிருந்து கல்வியை மட்டும் தனித்தெடுத்து காப்பாற்றிவிட முடியுமா என்கிற கேள்வி அப்பாவித்தனமாக எழுப்பப்படுகிறது. ஆனால், இந்தக் கேள்விக்கான பதில், ஒட்டுமொத்த அபாயத்திற்கும் எதிரான போராட்டம் திரளும் வரை கல்விப்புலத்தின் தனித்துவத்திற்கான, மாநிலங்களின் உரிமைக்கான போராட்டங்கள் காலந்தாழ்த்தவோ காத்திருக்கவோ வேண்டியதில்லை என்பதுதான்.

Thoughts on Education Policy for Tamilnadu
The Perspective that we Never thought

Prof. L. Jawahar Nesan

Education has recently become a focal matter on which all major stakeholders intend to exercise their possession with ultimate motive of satisfying their narrowly defined purposes and self centered interests. Governments may have extraordinary powers, market forces may have monetary powers, and nobility (in Indian context, it is to be seen together with the specially cultivated segments of the social order) may have its social authority respectively to satiate their seclusive interests and demands. But 'education', in its purest form, will preclude these forces from cherishing their perverted staus quo. Once educated through the purest form of education, the society evolves with its collective conscience through collective reasoning without any influence whatsoever by the aforesaid forces. Therefore, it is not surprising that these forces always aspire to grapple with 'education policy' in their own favor, as policies often constitute rules, principles, regulations, directions, standards, measures, values, beliefs, and laws as well that govern the operation of the phenomenon of education. Consequently, these constituent factors of the policy would be framed in such a manner that the interests of these forces become central. In contrast, if those factors are addressed to ensure the fundamental elements and ethos of the purest form of education, then the society and its constituent units- to which all the above forces are subsets – for which education has been around since human evolution will be educated without any deviations from the philosophy of education. Had this been achieved by the past policies so far in the independent India or not? Evidences, as quoted in the series of policies ever since the first such a policy formulated in the year 1949 by Late Honourable Dr. Radhakrishnan till the recent one – the National Education Policy 2020 – all proved that the policies have not yielded any constructive development in education, except some incremental growth.

Riddles of Indian Education Policies and their Flaws

Higher Education Commission, known as Dr Radhakrishnan Commission (1949), had prescribed the structure of university education, subject disciplines and examination reforms, and addressed issues including access to education by all walks of life irrespective of caste and creed, reconstruction of education system in tune to the vision of the Indian constitution, culture, religion and Indian values, equality in opportunity and social justice. Secondary Education Commission, known as Mudaliar Commission (1952), addressed a uniform curricular framework, three language formula, vocational studies, examination reform, and teaching methods. Indian Education Commission (1964-66), known as Kothari Commission, was infact, examining ever first all aspects and sectors of education, and recommended a four-fold tasks of reforms: increase productivity, achieve social and national integration, accelerate the pace of modernization, and to strive to build character by cultivating social, moral and spiritual value. Some specific measures included; common school system, vocationalisation, work experience, three language formula, equivalisation of educational opportunities, educational structure, curricular development, teaching methods, quality text books, teachers affairs, school complexes, evaluation system, adult education, and distance education. Based on the recommendation of this commission, the National Policy on Education (1968) was formulated by the Government of India, which, iter alia, suggested the provision of compulsory education to children upto the age of 14 years and 6 percent of national income be spent on education. Further, after a period of two decades, the National Policy on Education (1986) was formulated. The policy was revised a couple of times further during 1992, and it resulted in Progamme of Action 1992, which included measures for achieving the goal of education for equality, common school system, teacher appointments, computer education, educational progress of scheduled castes and scheduled tribes, backward class and women. Finally, 2020 saw the National Education Policy 2020, which is nothing but a manifestation of Indian jingoism, so called Indian pride and saffronisation of education. The nation state is placed at the centre of the policy as a wholesale authority on defining and regulating education with iron hand without any concern whatsoever for the society or constituent states – which precisely is the replica of the 'nationalistic education' of Hitler's 'nazism' and Mussolini's 'fascisim'. Both nazism and fascism share common cultural and racial values, so do both nazism and 'hindutva'. Sillogically, thus, hindutva and fascism are one and the same. Hindutva, therefore, is the driving philosophy of the National Education Policy 2020. Minus the hindutva, this latest policy is no different from the earlier policies; as it fosters the same seventy years focuses like centralized uniform education, three language formula, equality in access, increasing enrolement and so on. It is fateful to see the country that taught the world humanity, philosophy, medicine and science until two thousand years ago still struggles to achieve equality in access to education and enrolement in the independent India despite its seventy years of policy initiatives. At a time when the country is expected to talk about quality education for all, its policies show that it still struggles to satisfy the educational demands of the era of independence.

It could be noticed that in the last 70 years of policy making by a series of governments, what has been achieved was a minuscule of what had to be achieved. What was recommended as policies was simply irrelevant to the country and society but educational anathema. Yes, compared to the state of affairs of education in1949, vital parameters like literacy rate, number of schools, colleges and universities, gross enrolement ratio in schooling and higher education, and access (but not equal access) to education all have shown upward trend until recently. This was what the series of policies so far envisaged and thus partially achieved, indifferently and discriminatively though; thanks to the policies and governance. Much more are pending though, the question however is - has 'education', per se, achieved its desirable goals and objectives as a product of these policies? No, should be the logical answer, as the intended outcome of a pure education should have helped evolve a just society, which is democratic, civilized, conscious, and whose units are socially, economically and politically equal. Knowledge productivity, innovation, and thus, as a result, level headed economic productivity among the people and various social groups irrespective of castes, creed, and gender should be the visible sign of any educational policy initiatives in any country. Six major policy initiatives, in the past 70 years independent India, did not achieve anything significant, except some marginal improvements in educational inputs as mentioned above. For instance, recently, India's performance on some of the vital human resource and intellectual outcome parameters is very poor compared to the other small players. It's rank in the Human Development Index is 131, 117 in Social Progressive Index, 40 in Intellectual Property Index, 48 in Innovation Index, and far less in citation index than our neighbor, China. It stood in 72 rank in the PISA (Programme for International Student Assessment) rating when it participated last in 2009. These are the key parameters India is supposed to have performed better had its education system worked better. The fact is that most of the policies have borne repeatedly more or less similar recommendations and notions – like equality in educational access, common education system, uniform education system, development of educational infrastructure, three language formula, centralized (nationalized) curricula, and nationalized regulation. But they never bother to realize the true philosophy of education in their themes or recommendations and neither made any attempt to tweak education to resolve or reconciliate the long pending problems peculiar to India like hierarchically graded unequal society, suppressions, socially induced economic status (poverty), social violence, human rights, intolerance, social hegemony, raising barbarism, and depleting scientific values in the societal growth. None of the aforesaid policies have addressed the basic tenets of education to address these unique Indian born features that are considered as the root causes of low intellectual, scientific and economic productivity. In contrast, the first Education Commission of India (Dr. Radhakrishnan Commission), which laid out the basic tone of education for India, had utterly failed to conceive in it the Indian conditions and context. Even during its time, the Commission was criticized as vague in its recommendations, especially the ones pertaining to culture, religion and society. It suggested to Indianise the 'un-Indian character of education' – as it thought it was made un-Indian by the British - with Indian tradition, culture, religions, and values, but failed to define the character. The succeeding series of Commissions and Policy Committees never bothered to define it either, but the recent policy – National Education Policy 2020 – took the bold move to define it as 'hindutva' – the synonym of the so called Indian nationalism, Indian tradition, Indian culture, Indian pride, Indian centric, and Indian philosophy. Now, one could easily understand that right from Dr. Radhakrishnan Commission to a series of further commissions and committees have only fueled to the culminating hindutva policy of 2020. In fact, to regretfully quote what Dr. Radhakrishnan Commission has to say on the role of education with respect to the social order is that "our educational system must find its guiding principle in the aims of the social order for which it prepares, in the nature of the civilisation it hopes to build". Though it calls for the education to fulfill the mandate of the constitutional values - liberty, fraternity, equality and secularity – it reposed much faith in the Indian social order, from where, it asked education to draw guiding principles. Being this how can one achieve equal and equitable quality education for all.

Why Education Policy should be Regional

Another dimension of the education policy is the jurisdiction to which it applies. Jurisdiction does not simply refer to the geographical boundary but often draws its character from nation, in turn, nation neither is defined by its geography, constitution, laws and legislations, but by the 'notion' of the people who constitute a unique recognisable society. This notion is nothing but a holistic representation or form of the state of its needs as desired by the social, economic and political needs of the society (people). When there are diverse varieties of societies having diverse representations, then they represent different unique notions, which means they naturally appear as different nations, though they may be united constitutionally as one single nation. Constitutional-nation (nation-state) and notional-nation are different – the constitutional nation is formed by the constitution and its laws but the notional-nation is represented by its recognizable society, broadly constituted by its social units. Education's jurisdiction is limited only to the notional-nation, not to the constitutional-nation; one common education policy cannot serve over different notional-nations. Indian nation-state is comprised of several notional-nations, linguistically, culturally and racially like tamil nation, kannada nation, malayala, telugu, marathi, bengali, gujarati, hindi nations and so on. In this, manner each Indian constituent state (like Tamilnadu, Utter Pradesh etc.) is nothing but a notional-nation, simultaneously recognized as a province under constitutional-nation of India. Each having a unique 'notion' comprised of unique culture, spirit, indigenous knowledge (experience), requirements, demands, questions, traditions, scientific quests and social behavior, one education policy fit for all cannot work in India. Having understood this, no saneful progressive country in the world, like USA, Russia, UK, and European countries, has ever attempted to formulate a countrywide 'one education policy'. The concluding argument on this issue is that the jurisdiction of an education policy is limited to the notional-nation, which in Indian context, is nothing but the 'state' and that education should be treated exclusively as an affair of the state, so the policy should be. This was never understood by all education policies so far formulated in this country. Even the regional, state level policies, so far made in Tamilnadu, were also limited only to the educational inputs and processes – nothing so far addressed the fundamental philosophy and principles of education to the core. Probably because of this all national policies were not able to make education work at the root of the society, and except some incremental improvements in educational inputs, quality education has remained a far distant dream even today.

Making Education: The Policy Requirements

Besides the argument of the theory of educational jurisdiction of the notional-nation as above, education has to be devised at the level of individuals, as individuals are the ones in whom education creates change. The change is nothing but enabling an individual to think, and as a result make him or her conscious (self awareness), so that the learned individual would reflect and make right judgement. This does two things; one, to make the individual to be self-conscious, and two, to enable him/her to produce/ learn truth (knowledge). However, educationists and policy makers so far have been and even today are pursuing the agenda of education under the illusion that tweaking cognition would improve consciousness, and accordingly they suggested recommendations on curricular and learning aspects, whereas neuro scientists have long back proved that consciousness is independent of cognition, as without cortex, which was so far believed to be the centre of consciousness, individuals could be conscious. This warrants a relook in the way in which indviduals are involved in the educational process including teaching, learning, pedagogies, and curriculum, which the policies so far never addressed. But, is consciousness purely innate and independent of the objective world or society? The philosophies evolutionarily, one after the other, including those of Descartes Kant, Hegel and Dewey have consequentially resulted in the idea that consciousness constitutes the outside world and the outside world constitutes the consciousness. This idea concurs with the latest neuro science and quantum mechanics that the mind is independent of material brain. Consciousness is a product of mindfulness which is largely objective in nature and is a journey through experience in the entire realm of truth of mind. As objective experience (and consequent reasoning) happens in a social setting in the realm of society, the society's structure and its ability to allow all social units (groups or individuals) to freely exercise their 'free-will' will only enable the individual units to be conscious. For this to happen, the foremost character of the society should be 'democracy and equality', as this character only helps individual social units to share experience among them and reflect on otherness so that a perpetual movement in self consciousness becomes possible. This way the knowledge observed is universal and becomes a collective representation of the consciousness of the total society, which eventually becomes valid to the whole society. This means this resultant consciousness will get social validity and thus the social unit responsible for that consciousness will be empowered. This is one way of emancipating the socially oppressed units from the clutches of social order. Constructing such an educational framework that enables the learners to overcome the impediments of undemocratic and unequal social system over a period of time would empower those that belong to the indignant social units and thus pave the way to annihilate caste system. The education policy should be devised in such a way that this minute function of human consciousness is infused in all facets of educational endeavours if education is to yield its desirable objectives. But the aforesaid vital character is absent in the Indian society, and it is largely undemocratic and unequal, which is what education should resist and struggle against. In this compelling situation, what is staggering is how education can best be reasonably dealt with when the society has a conflicting social structure whose dynamics is diametrically opposite to the idea of education. The education policy should answer this question by finding the ways and means to enhance the educational process, at least, by tweaking it to take cognizance of the social structure and translate it to have the necessary conditions and mechanism to blindly aggregate the human experience, without any exclusions and segregations in favour of any one elite community, and make that experience as subject matters of studies and instructions for all walks of life without any discrimination. An ideal society that promotes education will have adequate space and opportunity for individual units (individuals or groups) of the society to freely exchange or share the ideas, experience, problems, beliefs and values and will allow education to play its original role that aggregate, without segregation, those experiences collectively in which the widest groups share and transmit them to the learner. More the free flow of experiences happens among the social units higher will be the educative capacity of the society. The 'educative capacity of the society' means the society's capacity to raise above the social impediments and enable it to function optimally and fulfill its needs continually through development of knowledge – the indigenous knowledge - by having a social structure, system and bondage that improve exchange of ideas, information, experience and culture among all different segments/units of the society. Ensuring this must be the goal of the education policy. This will also ensure protection and propagation of the indigenous knowledge amidst the turbulent wave of global knowledge. While there is no such demarcation between global and indigenous knowledge, and knowledge means only universal, the issue of indigenousness comes into existence as the experience (knowledge) of the socially deprived or depressed units hardly receives social validity, without which it cannot become part of the collective representation of the consciousness of the total society. On the other hand, indigenous knowledge does not mean the so called ancient knowledge of the school of thoughts of the specially cultivated mass that had the privilege to say so. It is but the consciousness achieved by the indigenous social units through reasoning in response to their social demands and different environmental encounters, which collectively is called 'knowledge'. If education fails to cultivate this knowledge in its educational endeavours then it will lose its sight in the resultant human potential created by education. Cultivating such knowledge naturally implies that education simultaneously cultivates all forms of knowledge including relevant culture, values, language, natural resources, environment, and other eco systems. The above argument shows that individuals and society are inseparable in the function of education; both are essential and contributory to each other in making education workable, but the other agents like the nation-state, market forces and educational institutions are only facilitators, which the policy makers and law makers should understand. This basic phenomenon of education is what Indian education ought to inherit in every aspects of its implementation and thus the Education Policy ought to be framed accordingly. Whereas, in 70 years, the Indian polices have tried to make education serve the purposes of the aforesaid agents – governments wanted education to create a loyal citizenry, market forces wanted education to satisfy its demand of its narrowly skilled manpower, and those in the higher level of the social order wanted education to maintain their social status quo and authority.

Modern consumerism as inculcated by the patronage of the triangulated collusion between agencies like the World Trade Organisation, nation-state and neoliberal market forces has become a great cause of concern in the function of education. It largely has disregarded the 'free-will' of both the individuals and society which are the subjects in any educational endeavours. It has shifted the focus of education from people to market and from knowledge to material. It took education as a mechanism to dispose individuals in the market eco system by grooming them as job seekers or entrepreneurs as opposed to the widest spectrum of education as discussed above. The individuals need not require disposal as they are not commodities to dispose. As a result, new forms of educational outcomes like 'employability' was invented in the higher education sector, which grossly have violated the concept of education. Because the learners are narrowly groomed with a set of skills desired by the markets, which is not education. Policies of the past and present have emphasized the same and suggested several recommendations to both achieve the requirements of the market and diffuse the individuals in the market. Several recommendations for improving employability and vocationalisation are different forms of market orientation of education. Beyond this, descent based vocationalisation is another form of discrimination inculcated by these policies. No doubt that the human capital should be continually groomed per the needs of the industry and society, but education should be blind in that grooming and should not be selective and descent based.

While disruptions like the Indian socio economic conditions, modern consumerism and neoliberal markets have had a great influence so far in the human reasoning and knowledge creation, major technological interventions like Artificial Intelligence, Deep Learning, Machine Learning, Cyber Physical system and Quantum Computing, on their part, have already paved a way to disrupt the human intelligence and knowledge propagation in favour of some vested forces. It would further make education undemocratic which has been already undemocratic in imparting, handling and/or producing knowledge. As education has a greater role to cultivate the positive role of these disruptive technologies, while simultaneously deterring the negative disruptions, these technologies might bring in knowledge evolution and socio economic transformation. Recent Indian policies have never foreseen this dimension but knowingly or unknowingly kept silent on this. Especially, laws of modern physics and quantum mechanics have started yielding technologies like quantum computing, quantum teleportation and quantum information channel which are expected to interfere largely into human intelligence, which might in turn result in a pattern change in the life style and societal discourse. Metaphysical expositions and their spiritual implications have been largely nullified and science has started answering almost all questions which were thought beyond human intelligence. Therefore, the matter of ethics and value are no longer to be discerned within the ambit of spirituality and religion but can be traced within the known science and human consciousness. This is what education should facilitate; it should be made to operate within the known horizon of science and human consciousness, it shall not go beyond this. The policy initiatives shall reflect this if it is to really alleviate millennia old social and economic problems facing the Indian society and make the human potential and human capital synchronized in the twenty first century and beyond.

The foregoing discussions espoused some of the major themes and philosophies upon which the education policy of Tamilnadu shall be built so that it will make education constructive, productive and reflective of the society. It seeks, in a larger context, a multitude of interventions in and solutions for various aspects of education. Tamilnadu, as a notional-nation, representing its unique recognisable society, needs an exclusive education policy considering the demand for new knowledge and skills caused by both the current and future state of affairs of the society and its social order, social transformation, economic order, technological disruptions, environmental changes and new economic activities that are expected to shape the twenty first century and beyond.

Email: nesanjawahar@gmail.com

Prof. L. Jawahar Nesan Letter to CM on National Education Policy 2020

9 June 2021

From

Prof. L. Jawahar Nesan
Fr. Vice Chancellor, JSS Science and Technology University, Mysore
No. 63, North Car Street
Sirkali 609110
Mayladuthurai District
Mobile: 9443223442
Email: nesanjawahar@gmail.com

To

Thiru. M. K. Stalin
The Honorable Chief Minister
Government of Tamilnadu
Namakal Kavignar Maaligai
Fort St. George, Chennai - 600 009.

Sub: Regarding the submission made by the former Vice Chancellor of Anna University Prof Balagurusamy to the Honorable Chief Minister requesting the State Government to implement National Education Policy 2020, and formulation of an exclusive education policy for the state of Tamilnadu

Respected Sir,

With reference to the subject cited above, I beg to appeal to you to be not deviated from your relentless stand on rejecting the National Education Policy 2020 (NEP 2020) and formulation of an exclusive education policy for the state of Tamilnadu. I have been prompted to write this to you as a response to a recent letter, dated 3rd June 2021, submitted to your esteemed office by Prof. Balagurusamy, as quoted by a news article, published in The Hindu, 4th June 2021, Bangalore Edition, entitled, "By opposing NEP, TN might miss chance to enhance educational standards". The article has quoted Prof. Balagurusamy as saying that "Tamilnadu would miss the opportunity to enhance educational standards and achievements if it chose to not being part of the NEP 2020".

To my much dismay, I, at the outset, reject the tall claims made by Prof. Balagurusamy in favour of the NEP 2020, as they are baseless, superficial and naïve. His submissions are simply echoing the views of the right wing jingoistic nationalists without any scientific base whatsoever. If not responded constructively, I am afraid that, such expressions might mislead both the people and policy makers of the state. Therefore, I volunteer to shoulder the responsibility of commenting over such misleading propagandas and myths that are purposefully floated in the state for some time. I also assure you that my responses, as below, are not impulsed out of my personal desires nor of any sectarian dogmas or doctrines, but out of the globally known philosophical and scientific jursidictions of the concept of education.

Myth 1: NEP 2020 did not seek to impose Hindi, instead, it sought a three-language formula to enable students learn an additional language to enhance their opportunities

NEP 2020 did not explicitly impose Hindi or Sanskrit, but it circumvents through its intended stipulations in subsections (from 4.13 to 4.19) to forcefully impose Hindi/Sanskrit on non-Hindi states and Sanskrit on Indo-Aryan linguistic states. In fact, the Policy has shifted the 1960's Hindi centric lingualism to now Sanskrit centric linguistic nationalism. It stipulates that of the three languages two should be native to India (subsection 4.13) but emphasizes Sanskrit as one option in the three-language formula (subsection 4.16, 4.17, 22.15 and 22.16) at all levels upto secondary education and beyond. In its own words (Subsection 4.17), "Sankrit will thus be offered at all levels of school and higher education as an important, enriching option for students, including as an option in the three-language formula". While the policy quotes here and there 'other classical languages', for the sake of convincing the other linguistic societies, the manner in which the "knowledge system of Sanskrit", its pride and its related arts and culture are presented throughout the length of the Policy document, one could easily understand the intent of the policy makers. If implemented so in

Tamilnadu, what it would be other than Tamil-English-Sanskrit triad. If there are benefits in learning a language like Sanskrit or if people found learning Sanskrit would expose them to latest advanced literary works, science, arts, mathematics and business more than what their mother language has exposed with, then it would be a matter of choice to everyone. Why should the nation compel it simply for the sake of learning someone else's past pride or primitive knowledge or culture. One would argue that it is only an option on which states could decide but practically the plan of actions and proposed schemes of the Policy do not say so. When the same policy bestows the responsibility of funding, creating infrastructure and deploying teachers for teaching the non-sanskrit languages in other linguistic states upon the respective native states while vesting those responsibilities for implementing only Sanskrit all over India with the central government, naturally, non-sanskrit languages will be discouraged from learning due to lack of centralized responsibility, funding, infrastructure and teachers. As all relevant proposals, throughout the Policy document, like 'fun project on the languages of India under the Ek Bharat Shrestha Bharat', art and cultural initiatives, Indian knowledge initiative, multilingualism, creation of linguistic (universities) Higher Education Institutions, centralized research budget allocation for Sanskrit, translation and interpretation programmes, and technology based promotions, all foster Sanskrit with adequate schemes, funds and authority, there is no scope for other languages, other than Sanskrit or Hindi, to be taught across the borders in all states. This is a preemptive attack on the growth of all other classical languages to nullify them. While there is no question on educating pupils through one's own language, where does the question arise on learning compulsorily three languages, which the Policy did not vindicate anywhere in its document, except quoting some trivial benefits, as aasumed by the policy makers, like promoting national unity, learning Indian traditions and culture and so on. With the rapid advent of technologies like Machine Learning, Artificial Intelligence and Quantum Computing, all literatures, history, tradition and culture across different societies can be learned without knowing the respective source languages. One need not have to know a language to learn its tradition, culture and history these days, such is the way technology and science enable different cultures to learn and understand each other and their scientific advancements mutually. Beyond this, if one felt compulsory to learn a language for some reason, one would learn it through various sources available these days without any difficulties. The concept of 'augmented reality' combines the concepts of virtual reality, animation, captions and voice to precisely convert the contents from any source language to any other language. Therefore, for this to happen, the State (nation) need not have to worry and waste its energy; neither it is its job. Therefore, the argument that "the NEP 2020 would not impose Hindi/Sanskrit" is a plot and myth tactically being inculcated on us. Alternatively, Tamil as a medium of learning shall be fostered at all levels of studies, until then, the current bilingual (Tamil and English) approach shall continue.

Myth 2: Third, Fifth and Eigth standard exams would not hamper the progress of the students but would only aim to assess their learning outcomes, and that states could decide the pattern of exam and promotion.

Will it hamper the students progress or not is not the issue but whose is the key for assessing the learning outcome and who regulates it are the questions. Subsections 4.39 to 4.41 of the Policy stipulate that an apex authority, named, National Assessment Centre, as guided by NCERT, along with centrally authorized bodies like Boards of Assessment (BOAs) will have the power to regulate and implement all such examinations from standard 3rd to 12th; states will only be an operative in this national level mechanism who will simply have to comply with the standards and framework set by the centre. One should understand that if a state adopts a policy of all promotion until 8th standard, it does not mean that students are promoted without being assessed on their due learning outcomes. They are properly assessed on the desirable predetermined learning outcomes by the schools, and this process is meticulously guided and monitored by several state authorities and departments throughout hierarchically downwards. As such where does the need for a national level apex body for students learning assessment arise? As learning and learning assessment is limited to the classrooms and related activities are predominantly activated by two players – students and teachers – where does the need arise for a national level regulation and monitoring on the assessment? A centralized national framework, if applied, in the context of outcome based education, would only separate doing (learning assessment) away from thinking (methods and strategies of learning assessment), which would only weaken the learning assessment. Nowhere in the progressive worlds such a centralized assessment system is practiced. Especially, as the same Policy, in its 'principles statement' and subsection 4.40, emphasizes critical thinking and higher order skills, assessment of such learning outcomes is always situational, contextual and local, as such, an array of different diverse assessment methodologies is to be applied to precisely observe such outcomes. Such an assessment is always student centric and operated by the respective teachers, for which, as opposed to a national level assessment framework, a highly competent and globally aware teaching community is essential. Governments should focus more on investing on teachers' competence and skills. State governments are competent enough and have the sophistication required to effectively assess and monitor the students learning outcome. The Central Government should mind only about supporting the state governments who already have the caliber and vision to achieve this in the most effective manner.

Myth 3: Vocational education, as proposed by the NEP 2020, is not an equivalent of 'Kula Thozhil' (a descent based education) and therefore the states should implement it as several progressive countries like Korea, Germany, UK and Japan have catered this education to more than 68% of the student population as opposed to only 10% in India.

This shows lack of proper understanding on the sort of vocational education being offered in those progressive countries as opposed to what has been intended in the NEP 2020 to do with this education. What is suggested in the NEP 2020 is not the same as being successfully doctored and applied in those progressive countries (Scandinavian countries, Germany, UK Korea and Japan). For instance, the vocational education in those countries aims to combine general, transferrable skills acquired during class-based vocational learning with structured learning - 'on-the-job' actual work experience within a training company. It combines formal, non-formal, cognitive, non-cognitive and motor skills so as to make them a thinkable and highly skillful workforce that would continually transcend chronologically the ever changing technological and workplace requirements in the future with its earned cognitive skills. 'Apprenticeship' is a compulsory component in vocational education in those countries, which enable students to acquire occupation-specific skills that render them employable by the training company or other employers. The training offered in this is highly jobsite oriented as opposed to highly academic and bookish model being recommended by the NEP 2020. If implemented, it will only end up like how vocationalisation of secondary and higher secondary education was implemented as a part of the centrally sponsored scheme of Rashtriya Madhyamik Shiksha Abhiyan from class IX to XII. It was a total flop as it focused, like the current NEP 2020, mainly on teaching 'trades' rather than developing attitudes and skills towards work. Successful vocational education is jobsite-training intensive, which is simply not oriented towards only vicarious training but involves both cognitive and non-cognitive forms of orientations and behavioral and attitudinal elements, and beyond this, training minds to continually acquire and upgrade skills required in the ever changing dynamics of jobsites. Such education requires highest level of investments, adequate number of jobsites available for individual training, industry's preparedness and financial ability to accommodate the students, and other resources and logistics involved, on which the Policy keeps silence. It should be noted here that despite the repeated calls by policy makers and regulatory agencies like AICTE (All India Council for Technical Education) for internship (industry training) for final year engineering and diploma students, the professional education in India could not achieve it mainly because of two reasons; 1) non availability of learning jobsites due to the number of existing industries disproportionate to the number of engineering students, and 2) cost incurred on imparting such jobsite experience, which neither the industry or government nor the institution is prepared to bear. Such is the case for those (engineering) students, it is hard to imagine how much efforts, opportunites, resource persons and fund to be created for the secondary school students (from 6th to 12 standard), given their numbers in multiples of crores. The Policy has advocated the issues of 'imparting compulsory training in at least one vacation' and 'imparting vocations of relevance in the local area' as two major conditions to achieve vocationalisation from standards 6 to 12, and that too, unlike those in the progressive countries, as an inbuilt compulsory programme in the mainstream education through a curriculum formulated by the NCERT under the guidance of the National Curriculum Framework for School Education (NCFSE). 'Imparting vocations of relevance in the local area' means students and institutions will be forced to choose only the locally available descent based vocations as opposed to what is to be pursued in consideration of the skill shortages facing the country/region/industry or per the desires of the students. Especially, in a hierarchically fragmented social structure, vocational choices are at the mercy of those at the higher levels of the social hierarchy, where educational institutions and students will have a very slender chance of selecting their vocational choices. Eventually, it will end up with descent based (kula thozhil) education. It will also curtail the ability of majority students and block their channels of progression to pursue mainstream education and thus higher education as well. Industry-four and cyber physical system as augmented by machine learning, artificial intelligence in the world of modern quantum mechanics is gearing the world towards altogether a new way of 'life' and 'work', accordingly, the work place is getting reshaped towards a new dimension seeking completely a reinvigorated human resource of different set of skills and knowledge. Also, occupations and vocations are largely expected to be transient in nature and short lived as triggered by the rapid developments and changes in the modern physics. This means training on and vocationalising in one narrow set of skills and task today might become obsolete tomorrow. Training on at least one vocation, as desired by the policy, being a 'trades' based, will eventually become a matter of yesterday by the time the students completed the training in the 12th standard and may not be attractive today or tomorrow, in case, if they want to pursue this as their career. While the progressive worlds are gearing up towards equipping such human resource, this Policy is seeking the human capital, mainly the disadvantaged ones, to draw the skills backwards from their age old activities of human subsistence. Collectively, the Policy is highly backward on the issue of vocational education, but it will only strengthen the hierarchically graded society with kula thozhil. If the Policy indeed intends to promote real vocational education, in the given graded hierarchical society with socially identifiable descent based work system, that exists even today, it should promote 'inter-generational occupational mobility' among different social segments of the society so that all walks of life, regardless of their social affiliations, can be equipped towards twentyfirst century vocational skills and opportunities.

Myth 4: Education is on the concurrent list and the Union Government has the right to frame policies, wherein, the States could adopt certain provisions to suit the local needs and aspirations.

This is misleading as the states are not subordinate to the union government in framing policies and legislations on education. States also have the powers to formulate policies and legislate Laws and Acts to ensure that quality education is imparted. Concurrent status of education means that policies related to education are legislated by the central and state governments in the form of meaningful and constructive partnership in consonance with the broader themes and objectives of the constitution. This means the centre cannot unilaterally impose its educational policies and legislations, as it desires, without engaging the the states and their people. The primary reason for the current deadlock is the mistake that we committed by enacting the 42nd amendment in the year 1976, which now proves that under this provision if a totalitarian government is in place it will take advantage of this provision and misuse it against the people. Yes it is, the present union government attempts to centralize everything in education right from curriculum through text books, teaching and learning, admissions (through entrance examination), accreditation, regulation and monitoring, teachers and their recruitment to examination (learning assessment), but only leaves some little residual options to the state at the interface. In fact, education, primarily perceived by the constitution as a state subject should be brought back to the state list from the concurrent list by undoing the mistake done in the year 1976. The supporters of the NEP 2020 claim that it has been formulated after a series of consultations with a variety of walks of life from several villages, regions and districts throughout India, and therefore it reflects the people of India and it should be implemented in Tamilnadu. This is untrue as consultations were done within the loyalists of the central goernment, and majority of the constructive comments and inputs submitted to the Policy committee were summarily rejected.

Whether or not the constitution empowers states to implement their own educational policies and legislations, morally, ethically and scientifically, according to the best practices else where the world has witnessed so far, education is a state subject. When there are diverse varieties of societies having diverse representations, then they represent different unique notions, which means they naturally appear as different nations, though they may be united constitutionally as one single nation. Constitutional-nation (nation-state) and notional-nation (society) are different – the constitutional nation is formed by the constitution and its laws but the notional-nation is represented by its recognizable society, broadly constituted by its social units. Education's jurisdiction is limited only to the notional-nation (society), not to the constitutional-nation; one common education policy cannot serve over different notional-nations. Indian nation-state is comprised of several notional-nations, linguistically, culturally and racially like tamil nation, kannada nation, malayala, telugu, marathi, bengali, gujarati, hindi nations and so on. In this manner each Indian constituent state (like Tamilnadu, Uttar Pradesh etc.) is nothing but a notional-nation, simultaneously recognized as a province under constitutional-nation of India. Each having a unique 'notion' comprised of unique culture, spirit, indigenous knowledge (experience), requirements, demands, questions, traditions, scientific quests and social behavior, one education policy fit for all cannot work in India. Having understood this, no saneful progressive country in the world, like USA, Russia, UK, and European countries, has ever attempted to formulate a countrywide 'one education policy'. In fact, both in comparable brothers like democratic USA and communist China and in small but progressive Scandinavian countries education is purely a state or provincial affairs. The concluding argument on this issue is that the jurisdiction of an education policy is limited to the notional-nation (society), which in Indian context, is nothing but the 'state' – as it uniquely represent that society - and that education should be treated exclusively an affair of the state, so the policy should be. This was never understood by all education policies so far formulated in this country. Probably because of this all national policies were not able to make education work at the root of the society, and except some incremental improvements in educational inputs, quality education has remained a far distant dream even today.

Myth 5: NEP 2020 ensures social justice in education by providing accessibility, equity and inclusivity to all disadvantaged masses

It looks that the advocates of NEP 2020 do not seem to understand what accessibility, equity and inclusivity mean and what constitute these to achieve social justice in education. Accessibility, equity and inclusivity all are interrelated and contributory to each other in increasing enrolment ratio of the disadvantaged but ensuring 'fairness' in the educational services received by the disadvantaged masses is highly critical to educationally uplift the disadvantaged. Inclusivity, contrary to what has been suggested in the Policy, does not mean only extending access to education so as to make it to reach the unreached but it also means how to make it 'relevant' to the unreached and how to make it part and parcel of their human experience. It is to ensure that their knowledge, their questions, and their quest for knowledge are included in the curriculum as subject matters of instructions, which is what truly inclusivity. Equity encompasses a wide variety of educational models, programmes and strategies that are considered 'fair', which could not be seen anywhere in the 66 pages Policy. For instance, inequity in education may enter education in several ways including societal inequity (caste prejudice), economic inequity, cultural inequity, familial inequity, programmatic inequity, staffing inequity, instructional inequity, assessment inequity, and linguistic inequity, against which the Policy did not provide any solution. Of course educational inputs have been suggested but these inputs may create a ground for equal access (may be in poor performing institutions) but they will not create equity as the provison of these inputs minus 'fairness' will only decelerate the rate of achievement of equity. Instructional inequity might happen when students are taught by less-skilled teachers, who may teach in a comparatively uninteresting and ineffective manner. The entrance examinations are the typical ones that are perceived to be unfair just because they contribute to inequitable results for the disadvantaged students as caused by the aforesaid unfair-ness in the education system. Is not it an injustice to them as they are not the cause for their own performance in such competitive exams. The policy has no answer to these questions. Schemes like special educational zones and incentives for the disadvantaged students are just facilitators and basic provisions which are not enough to equip the disadvantaged on par with their advantaged counterparts for the 21st century. It is a joke to consider the schemes like special educational zones as social justice programmes, even after 74 years of independence, when there exists a sea-size gap of educational opportunities between the upper and the lower stratas of the society. Schemes like special educational zones will ensure basic rights to access education but will not ensure equal educational excellence for all. This gap is what the so called twentyfirst century Policy (NEP 2020) should strive to achieve for it to boast for its ability to achieve social justice.

Myth 6: NEP 2020 would not affect the State's reservation policy, and this had been promised by the union government

This is not true. The Policy, of course, does not mince a word about researvation in students admission and teachers recruitment, but tactically proposed all necessary proposals to nullify the provision of reservation. Firstly, it does not guarantee proportionate access (admission) in private institutions to eligible students per the denominations prescribed in the reservation policy of the country. The Indian private schooling has long been criticized for its non-commital and non-inclusive attitude against the disadvantaged children even after the Right to Education Act 2009's mandate that demands the private schools to give 25% admissions to the disadvantaged children. It is surprising that the Policy that claims to achieve social justice does not mince a word about it. Data presented in the Rajya Sabha Session - 246 (2018) showed an increasing trend in the growth of private schools - approximately, 40% of the students enrolled are in private schools. In higher education, approximately 60% are government publicly funded universities and 40 % are private. In the case of colleges, 78% are privately managed, in which, 67.3% of the college students are enrolled. This trend shows that both school and higher education will soon become completely a private affair. In harmony with this acceleration of privatization, the Policy 2020 has suggested provisions to corporatize the public institutions as well- ie. Public institutions responsible for their own funding - in line with the neoliberal mandate of the WTO-GATT. Despite its Act (2009) enforcing 25% reservation for the disadvantaged in the private schooling, the government could not achieve even 1% of its target in a time frame of dozen years of the existence of the Act, how will the new Policy ensure reservations in a private dominant education sector without enforcing constitutional safeguards for the disadvantaged. Similarly, the teacher (both school education and higher education) eligibility requirements, recruitment and promotion parameters, prescribed in the Policy would largely discourage the entry and subsequently promotion of teachers from disadvantaged communities, and as education sector is facing either full privatization or corporatization of the public institutions, reservation policies would be made inapplicable despite its existence. The net result is that the reservation policy will gradually cease to exist despite its existence in the constitutional papers.

Myth 7: NEP 2020 does not promote commercialization of educational institutions but helps them achieve academic excellence

On commercialization, this is what the Policy has to say: "the 'light but tight' regulatory approach that mandates full public selfdisclosure of finances, procedures, course and programme offerings, and educational outcomes, the substantial investment in public education; and mechanisms for good governance of all institutions, public and private. Similarly, opportunities for higher cost recovery without affecting the needy or deserving sections will also be explored". More or less these are what mandated by the regulatory authorities on the institutions, but yet education has become exponentially a profitable business in India, which is a open secret everyone knows. The idea of public scrutiny in place of regulation and inspection is nothing but giving a clean chit to the possible violators and frauds. Especially, the private institutions are run like a family business with family members taking different portfolios like academics, human resource, finance, and transport each respectively under their control and never allow and give freedom to the teachers to improve education. A private school/college/university as a result, most often has become a source of all crook academic practices, a place of all unethical management practices, and that they syphon away a great portion of revenue for their personal growth. But the Policy dose not have anything constructive to curb this menace, instead it grants more autonomy. Academic autonomy is critical for improving educational practices but if financial autonomy is given beyond what has been in practice now, it will commercialise the sector more than now. The Policy also does not have any solution to make education affordable for all, in turn, it keeps silence on fee fixation and fee control in educational institutions. Already, the elite public institutions like IIMs have been corporatized where tution fees are not affordable to a common man, and in this lineage, the Policy mandates more public institutions to be corporatized, relieving the educational responsibility of the government in a phased manner once for all in the near future. The Indian private higher education (the major player compared to public) can be characterized as a symbol of academic capitalism as it has given birth to several thousand billionaires who, barring few, at the time of start of their educational ventures were nominal small time investors, but over a period, have grown as billionaires exclusively out of the income of their educational businesses. The fact is that there is no such thing as private investment in education as most of the current educational empires started their educational ventures with only a negligible investment, but once grown they all have become business tycoons by diversifying the profits they made out of education into other businesses. This has happened by all means despite the fact that, per the law of the country, education is purely charitable. The Policy has vitually no idea to undo this commercialization. Given this lacunae in the given Policy, how can one believe that the Policy will end commercialization in education? This makes us to believe that India being a signatory to the WTO-GATT, the Policy wants to comply with one of the conditions of this international agency that government should not regulate or interfere into tution fees in private institutions.

Myth 8: Gross Enrollment targets and educational excellence and goals cannot be achieved without private investments and privatization of education

On an average across OECD (Organisation for Economic Cooperation and Development) countries, 85% of total school funding for a typical school year comes from government sources, 10% from parents (in student fees or school charges paid by parents, 2% from benefactors, and 2% from other sources, Among them, Sweden, Finland, Norway, Iceland, Estonia and the partner countries like Azerbaijan and Lithuania source out over 98% from government sources. In most of the OECD countries the public higher education constitutes more than 85% of total providers, and in the neighbor China, it is at least 80%. Cuba is providing education free from cradle to grave, from pre-school to Doctorate programmes. It's education system and performance is considered one of the best in the world. Private enrolments in higher education in the developed and western world's are less compared to India (more than 60%); for instance, in USA it is 27.5%, Canada -11.7%, France-19.7%, Germany-12.5%, and Russia-14.7%. This statistics shows that the developed world has controlled privatisation of education compared to the developing worlds like India. In the developing world, education has become a commodity to be purchased at the mercy of the private lords. When countries of free market have cautiously protected education from private investment and managed to publicly fund education which is an expensive affair there, why there is a hue and cry in India that private investment is the backbone for achieving the educational goals in the country. It is nothing but exploitation. With 6% GDP of outlay along with some additional cess, total school education can be made free and higher education affordable even to all including the poorest of the poor. If done this way, absolutely there is no need for private hands to venture into the sector. But private hands should be urged to lend their charitable support generously to the growth of the sector, for educational service, materials supplies and research. The private institutions in the developing world are 'demand absorbing' institutions, they will respond only to the demand of the market and industry, and thus they will be highly vulnerable to closure when the demand falls. In most of the OECD countries including USA, UK, Germany and Switzerland and other parts of the world like China, India and Australia, it is the public education that has contributed immensely to the society. In Indian higher education sector, it is evident that who did better than the other; by all applicable parameters including attainment of learning outcomes, research outcomes and other other service outcomes, public HEIs are far far better than the private ones. The Indian Human Development Survey, jointly performed by the researchers from the University of Maryland and the National Council of Applied Economic Research has observed that the performance of private school students is not consistently higher than government school students and in some states government school students do better than private school students. Especially, in states like Tamilnadu, with large private school enrollment, the trend shows a loss in skills for students in private schools compared to their government counterparts. Therefore, the myth that the private education is better than public education is a fallacy and false propaganda, and that both India and the rest of the progressive worlds have proved that public education is good, affordable, equitable and inclusive. Therefore, instead of relying on private, the government should continue to promote public education and over a period of time it should nationalize all existing private institutions as public.

Myth 9: Implementation of various schemes and plans proposed in the NEP 2020 is practically feasible

Leaving aside the rights and wrongs of the Policy, if one looks at depth the tens and hundreds of initiatives, plans, proposals and fundamental structural changes sought, in every aspect of education including the norms, conditions, systems, services, processes, monitoring, accreditations and ranking, one could doubtlessly counclude that it is practically not feasible to implement. The structural changes and new denominations of educational levels in both school and higher education along with hundreds of rigid intermediaries in the highly centralized hierarchical functional lines with a lot of checks and balances, norms and conditions enforced, one could find no parallel in the world and in the history as well. The complex interfaces that it would create between and within the proposed new verticles find no parallels even in the era of Hitler's Nazi's education and Mussolini's Fascist's education. A dozen of centralized regulatory and standards setting apex bodies and hierarchically a similar set of agencies from state level to the place where education is imparted (institutions) will lead formation of several permutated and combinated interfaces which will only create chaos. Also, such exhaustive top down regulatory mechanism and the conduits of regulation and enforcements will greatly incur a sizable budget on which the Policy did not seem to give a thought. All these enforcement setups are for nothing except to centralize education under the full custody of the centre. This set up will compel education to dance to the tunes of those at the centre with their vested agenda, but certainly will not empower it to serve the society. Above all these odds, if implemented, it will be a great tragedy which will historically become a grave mistake – a hard problem to repair and recover - which will be beyond our imagination.

My descriptions above prove beyond doubt that the above myths are nothing but only 'proven myths' which do not deserve even an iota of debate over them. Besides these mythical aspirations and illusions, the Policy has also failed to answer the fundamental questions and problems that education is supposed to address in the historically prevailing socio, economic and environmental conditions of India. Lacking the ingredients and fibre necessary to be hailed as a policy and being silent on the most pressing issues seriously facing both the nation and society, this Policy undoubtedly deserve a complete rejection.

The problem of education in India is nothing but relating education to all the aspects of both the society and nation that influence/hinder the attainment of educational goals. These aspects include prevailing hierarchically graded social structure, level of prevailing social cohesion, social disadvantages, communication among and exchange between discrete social groups, culture, social value system, religious values, constitutional values, language and linguistic values, livelihoods, poverty, unemployment, production, means of production, production control, future work place, human development, human consciousness and level of collective reasoning, self rationalization, youth development, youth criminalization, industry, business, trade, globalization, global knowledge system, future technologies, emerging modern physics including quantum mechanics, indigenous knowledge system, scientific tradition, local arts, regional diversity, social diversity, indian polity, political participation, civic participation, health and so on. Any education policy that claims to hail universality, society, plurality, diversity, constitutionality, and prosperity for all will have deeply addressed all these aspects and the resultant policy will certainly be for all. However, except the nationalistic right wing agenda purported by the right wing nation-state, the Policy is only a set of operational directives, independent of the aforesaid aspects of the nation, aiming to inculcate the so called hindutva nationalism engraved out of the age old oppressive Indian tradition, Indian pride, and Indian knowledge. Society and education are inseparable, education is for the society and by the society. The Policy has utterly failed to connect education with the kind of the society we have in India. In other words, the Policy

www.ingramcontent.com/pod-product-compliance
Lightning Source LLC
LaVergne TN
LVHW060149051026
849517LV00007B/2599
* 9 7 8 9 3 9 1 2 6 2 2 1 1 *

attempts with resolute power to sway education away from its inherent principles and logics to 'conform' to needs of the three major forces – right wing nationalism propped up by the powerful nation-state, neoliberal market force, socially empowered segment of the society. Accordingly, the Policy has advanced a voluminous recommendations almost on all aspects of education without attaching any relevance whatsoever to the Indian society and its conditions.

Tamilnadu, comparatively being a model in India in every aspect of human development including education, economy, health, industry and knowledge productivity, second to none among the Indian states, this ill-structured Policy, if implemented would create unprecedented setbacks and backwardness in its trajectory of growth. Especially, Tamilnadu has outperformed almost all states in all parameters of educational performance; thanks to the visisonary leaders of the state who paved the state to achieve this. Surely, more needs to be done to improve the educational standards of the state but it could be done easily within the available wisdom, infrastructure and resources of the state, without any directives from the nation-state. As you rightly promised in your visionary plan during the electioneering, the state deserves its own education policy, exclusively crafted, considering the needs, conditions and demography of the state, under your able leadership. Constitutionally, education may be in the concurrent list, to which the Centre may be a party too, but education philosophically is a subject of the society. Tamilnadu, representing its unique recognisable society, needs an exclusive education policy considering the demand for new knowledge and skills caused by both the current and future state of affairs of the society and its desirable destiny. It should also take into account the conditions of the social order, social transformation, economic order, technological disruptions, environmental changes and new economic activities that are expected to shape the twenty first century and beyond. Therefore, it is my humble submission that the state outrightly rejects the NEP 2020 and immediately undertakes all necessary actions to formulate Tamilnadu State Education Policy, within a stipulated time frame, and implement the same for the benefit of the state and its people.

Thank you

Yours Sincerely

Professor L. Jawahar Nesan

Fr. Vice Chancellor, JSS Science & Technology University, Mysore